AF518794

രാജം ടീച്ചർ (സി.കെ. രാജം)

1948-ൽ ജനനം, മൂന്നാർ ഗവൺമെന്റ് എൽ.പി. സ്കൂൾ, എസ്.ഡി.പി.വൈ. ഹൈസ്കൂൾ, എറണാകുളം മഹാരാജാസ് കോളേജ്, എറണാകുളം സെന്റ് ജോസഫ് ട്രെയിനിങ്ങ് കോളേജ് എന്നിവിടങ്ങളിൽ വിദ്യാഭ്യാസം. മുപ്പത്തിയൊന്നു വർഷം അദ്ധ്യാപിക. എച്ചമ്മ, പ്രിയപ്പെട്ടകാലം, സ്നേഹച്ചൂരൽ എന്നീ കൃതികൾ രചിച്ചിട്ടുണ്ട്.

ഭർത്താവ്: പരേതനായ എം.സി. സുഭാഷ് ചന്ദ്രൻ. എറണാകുളം സെന്റ് ആൽബർട്സ് കോളേജിൽ അദ്ധ്യാപകനായിരുന്നു. മകൻ: പ്രിയേന്ദു. മരുമകൾ: സേതുലക്ഷ്മി. പേരക്കുട്ടികൾ: പ്രണവ്, പ്രേരണ.

വിലാസം: 23/1063; സുഭാഷിതം, പള്ളുരുത്തി, കൊച്ചി - 682 006

ഫോൺ: 0484 2327321, 9846539121 email: rajamteacher@gmail.com

Malayalam Language
Guru Nithyayum Ente Jeevithavum
(Memories)
By
C K Rajam

♦

Published in December 2019
by Kairali Books Private Limited
Thalikkavu Road, Kannur.
Ph : 0497-2761200
E-Mail : Kairalibooksknr@gmail.com

♦

Cover Design
Prasanth Mangad

♦

Price ₹: 130.00
47/19-20/Sl.No.1117/500/NS 18.6
ISBN.978-93-89250-37-4

ഗുരു നിത്യയും എന്റെ ജീവിതവും

ഗുരു നിത്യചൈതന്യയതിയെപ്പറ്റി ഒരു ശിഷ്യയുടെ ആത്മകഥാപരമായ ഓർമ്മകൾ

സി.കെ.രാജം

കൈരളി ബുക്സ്

സമർപ്പണം

എന്റെ ഭർത്താവ് യശഃശരീരനായ ശ്രീ. എം.സി. സുഭാഷ്ചന്ദ്രനും, ചേർത്തല എസ്.എൻ. കോളേജിൽ അദ്ധ്യാപകനായിരിക്കെ അന്തരിച്ച തുമ്പിയെന്ന് ഞങ്ങൾ വിളിക്കുന്ന ശ്രീ. ഒ.എസ്. സഞ്ജീവിനും ഈ കൃതി സമർപ്പിക്കുന്നു.

ഉള്ളടക്കം

ആമുഖം

"ജീവിതത്തിൽ ഏറ്റവും കൂടുതൽ കടപ്പാട് ആരോടാണ്?"

എന്റെ അയൽക്കാരനും, കോളേജ് അദ്ധ്യാപകനും, ഗുരു നിത്യചൈതന്യയതിയുടെ ആരാധകനുമായ ശ്രീ ഒ.എസ്. സഞ്ജീവിന്റെ ചോദ്യം.

"എന്റെ അദ്ധ്യാപകൻ പറവൂർ ചേന്ദമംഗലം സ്വദേശി സി.കെ. ഗംഗാധരൻ മാസ്റ്ററോടും, ആത്മീയാചാര്യൻ ഗുരു നിത്യചൈതന്യയതിയോടും, രണ്ട് നൂറ്റാണ്ട് മുൻപ് നിലനിന്നിരുന്ന സതി എന്ന അനാചാരം നിർത്തലാക്കുവാൻ കാരണക്കാരനായ സാമൂഹ്യപരിഷ്കർത്താവ് രാജാറാം മോഹൻറോയിയോടും."

"എന്താ അങ്ങനെ പറയാൻ കാരണം?"

"മലയാള ഭാഷ സ്വായത്തമാക്കാനുള്ള കരുത്ത് എനിക്ക് തന്നത് ഗംഗാധരൻ മാസ്റ്ററാണ്. യൗവനത്തിൽ ജീവിതത്തിലുണ്ടായ ആഘാതത്താൽ താളം തെറ്റി, തകർന്നുപോയ എന്നെ ജീവിതത്തിലേക്കു തിരിച്ചുകൊണ്ടുവന്നത് ഗുരുവാണ്. ഇതെന്റെ രണ്ടാം ജന്മം. അന്നും, ഇന്നും എന്റെ മാർഗ്ഗദർശി ഗുരു തന്നെ."

"അങ്ങനെയെങ്കിൽ എന്തുകൊണ്ട് സ്വന്തം അനുഭവം എഴുതിക്കൂടാ? അത് പലർക്കും ആശ്വാസമാകില്ലേ?"

"എന്റെ ജീവിതാനുഭവം മറ്റുള്ളവരുടെ അനുഭവമാകണമെന്നില്ല. പക്ഷേ, കാലാകാലങ്ങളായി ഗുരു എനിക്കയച്ച കത്തുകൾ, അവയുടെ പൊരുളുകൾ, അന്തഃസത്ത അതൊക്കെ ദൈവികമാണെന്ന് സമ്മതിക്കാതെ വയ്യ."

"എങ്കിൽ അവയെല്ലാം ഉൾക്കൊള്ളിച്ചുകൊണ്ടാവട്ടെ രചന. എന്തുപറയുന്നു?"

"മഹാ പണ്ഡിതനും, ബഹുമുഖപ്രതിഭയും, സർവ്വോപരി മനുഷ്യസ്നേഹിയുമായ മഹാഗുരുവിനെ കുറിച്ചെഴുതുക അത്ര എളുപ്പമല്ല."

"അങ്ങനെ കരുതരുത്. ഗുരു, രാജംചേച്ചിക്ക് ഈശ്വരതുല്യനാണ്. പിന്നെന്തിന് അമാന്തിക്കുന്നു?"

"ശരിയാണ്, പക്ഷേ, എനിക്കതിന് കഴിയുമോ?" ഉത്തരം കിട്ടാത്ത ചോദ്യമായി അതു ഞാൻ കുറെ നാൾ കൊണ്ടുനടന്നു.

വർഷങ്ങൾ കടന്നുപോയി. എഴുതാൻ കഴിഞ്ഞില്ല.

അപ്പോഴേയ്ക്കും കാലകല്പനകൾക്ക്, സ്നേഹമയനായ സഞ്ജീവ് കീഴടങ്ങി. ആ വേർപാട് സൃഷ്ടിച്ച ദുഃഖവും, കുറ്റബോധവുമാണ് ഈ രചനയ്ക്ക് നിദാനം.

ചില അഭ്യുദയകാംക്ഷികളും, ഗുരുവിനെക്കുറിച്ച് എഴുതണമെന്ന് എന്നോട് ആവശ്യപ്പെട്ടതും, നന്ദിപൂർവ്വം സ്മരിക്കട്ടെ!

എന്നും അസ്വസ്ഥമായിരുന്ന എന്റെ ജീവിതത്തിൽ സാന്ത്വനമായിരുന്നു ഗുരു നിത്യചൈതന്യയുടെ ഉപദേശ നിർദ്ദേശങ്ങൾ. ബാല്യം മുതൽ തന്നെ അദ്ദേഹത്തിന്റെ ഔഷധതുല്യമായ വാക്കുകൾ നേരിട്ടും കത്തുകളിലൂടെയും അനുഭവിക്കാനുള്ള സൗഭാഗ്യം എനിക്കുണ്ടായി.

ഈ കൃതി എന്റെ പൂർണ്ണ ജീവിതകഥയല്ല. സ്വാമി എന്ന് ബാല്യകൗമാരങ്ങളിലും ഗുരു എന്ന് പിൽക്കാലത്തും ഞാൻ വിളിച്ച ഗുരു നിത്യചൈതന്യയതിയുമായി പ്രത്യക്ഷമായോ പരോക്ഷമായോ ബന്ധമുള്ള എന്റെ ജീവിതാനുഭവങ്ങളാണ് പ്രധാനമായും ഇവിടെ പകർത്തിയിട്ടുള്ളത്. ആരെയെങ്കിലും ഇവ വേദനിപ്പിക്കുന്നുവെങ്കിൽ, എന്റെ ജീവിതത്തിലെ ഗുരുസാന്നിദ്ധ്യത്തിന് അക്ഷരാവിഷ്കാരം നൽകിയേ മതിയാവൂ എന്ന ഉദ്ദേശ്യശുദ്ധിയുടെ പേരിൽ, മാപ്പു നൽകുക.

ഈ കൃതിക്ക് സമഗ്രവും സ്നേഹോദരവുമായ പഠനം എഴുതിത്തന്ന എന്റെ ഗുരുനാഥൻ പ്രൊഫ. എം. തോമസ് മാത്യുവിനോടും, കെട്ടിലും മട്ടിലും ഈ കൃതിയെ മികവുറ്റതാക്കിയ മാറ്റങ്ങൾ നിർദ്ദശിക്കുകയും ആകർഷകമായ ആസ്വാദനവാക്കുകൾ എഴുതിത്തരികയും ചെയ്ത പ്രശസ്ത സാഹിത്യകാരൻ സക്കറിയയോടും, പുസ്തകത്തിലെ തെറ്റുകൾ തിരുത്തിത്തന്ന ശ്രീ വി.എൻ. പ്രസന്നനോടും എന്റെ ജ്യേഷ്ഠസഹോദരൻ സത്യരാജിനോടും, ഡി.റ്റി.പി ചെയ്ത ശ്രീമതി സീന എം.ജെ.യോടും, മികച്ച നിലയിൽ ഇതു പ്രസിദ്ധീകരിച്ച 'കൈരളി ബുക്സി'നോടും ഹൃദയം നിറഞ്ഞ നന്ദി.

രാജം ടീച്ചർ

ദുഃഖസ്മൃതികളിൽ പെയ്തിറങ്ങുന്ന അമൃതസാന്ത്വനം

എം. തോമസ് മാത്യു

സി.കെ. രാജത്തിന്റെ ഈ ഓർമ്മപ്പുസ്തകത്തിലൂടെ കടന്നുപോകുമ്പോൾ എന്റെ മനസ്സ് സമാന്തരമായി വളരുന്ന മറ്റൊരു സ്മൃതിധാരയിലൂടെ അറിയാതെ ഒഴുകുകയായിരുന്നു. രാജം എന്റെ ആത്മമിത്രമായിരുന്ന സുഭാഷ്ചന്ദ്രന്റെ ഭാര്യയാണ്. ആത്മമിത്രം എന്ന പദം ഉപചാരമായി ഉപയോഗിച്ച് അർത്ഥനാശം സംഭവിച്ച ഒന്നാണ്. എന്നാലും ചില ബന്ധങ്ങളെ കുറിക്കുമ്പോൾ അത് അതിന്റെ സ്വാഭാവികമായ, തേയ്മാനം പറ്റാത്ത അർത്ഥം വീണ്ടെടുക്കും. അങ്ങനെയൊരു വീണ്ടെടുപ്പിന്റെ സന്ദർഭമാകട്ടെ ഇത്. എന്തായിരുന്നു സുഭാഷിനെ ആദ്യമായി കാണുകയും പരിചയപ്പെടുകയും ചെയ്തതെന്ന് ഓർത്തെടുക്കാൻ കഴിയുന്നില്ല. എന്നാൽ, എത്രയോ കാലമായി അടുത്തറിയുകയും സ്നേഹിച്ചു കഴിയുകയും ചെയ്തവർ നമ്മൾ എന്ന ഭാവമാണ് ആദ്യം മുതൽക്കേ ഉണ്ടായിരുന്നത്. അതായിരുന്നു സുഭാഷിന്റെ രീതി. അത് അദ്ദേഹത്തിന്റെ ബലവും ദൗർബല്യവും ആയിരുന്നു. സൗഹൃദങ്ങൾ നഷ്ടം വരുത്താൻ ഇടവരുത്തരുതെന്ന് കരുതലുള്ളവരുടെ കാര്യത്തിലും സുഭാഷിന്റെ സൗഹൃദം പൂർണ്ണവും കരുതൽ ഇല്ലാത്തതും ആയിരുന്നു. ഹൃദയത്തിന്റെ വാതായനങ്ങൾക്ക് അടപ്പു വേണ്ടെന്നു വച്ച വ്യക്തിയാണ് സുഭാഷ്ചന്ദ്രൻ. അങ്ങനെ ചതിപറ്റിയ വേളകളിൽ പോലും ഖിന്നനാകാതിരിക്കാൻ വേണ്ട ആത്മീയബലം അദ്ദേഹം ആർജ്ജിച്ചിരുന്നു. കൃത്യനിഷ്ഠ കാണിക്കുന്നതിൽ ഉദാസീനമായിരുന്ന ഹൃദയമാണ് സുഭാഷിന് ഉണ്ടായിരുന്നത്. കരുതലോടെ ജീവിക്കൂ എന്ന താക്കീത് ഇടയ്ക്കിടെ നൽകിക്കൊണ്ടുമിരുന്നു. അതൊക്കെ അദ്ദേഹം അറിഞ്ഞിരുന്നു. എന്നാൽ, ആ അറിവ് ജീവിതത്തെ ഒരു ആരോഗ്യസംരക്ഷണ സത്രമാക്കാൻ അദ്ദേഹം കൂട്ടാക്കിയില്ല. കുറച്ചുകാലമേ ജീവിതമുള്ളെങ്കിൽ ആ ഉള്ളതിനെ ആഘോഷിക്കണം എന്നാണ് അദ്ദേഹം നിശ്ചയിച്ചത്. എന്നാൽ, സുഭാഷിന് ജീവിതോത്സവമെന്നാൽ സുഖഭോഗങ്ങളിൽ ആമഗ്നനായി ആഘോഷിക്കുക

എന്നല്ല അർത്ഥം. സുഹൃദ്ബന്ധങ്ങളുടെ ആഘോഷമായിരുന്നു അത്; അർത്ഥവത്തായ കർമ്മങ്ങളിൽ മുഴുകയായിരുന്നു അത്.

ഞാൻ ഓർക്കുന്നു, ഞങ്ങൾ ഇരുവരും എറണാകുളത്ത് ജോലി ചെയ്തിരുന്ന കാലം- സുഭാഷ്ചന്ദ്രൻ സെന്റ് ആൽബർട്ട്സിലും ഞാൻ മഹാരാജാസിലും. അക്കാലത്ത് എപ്പോഴും എന്റെ ടൈം ടേബിളിന്റെ ഒരു കോപ്പി സുഭാഷിന്റെ കൈയിൽ ഉണ്ടാകും. എന്റെ ഒഴിവുനേരം അറിഞ്ഞ് ഓടിവരാനാണ്. ഓട്ടോറിക്ഷയിൽ പാഞ്ഞുവന്ന് വരൂ, നമുക്കുപോയൊരു ചായ കുടിക്കാം എന്നു പറഞ്ഞു വിളിക്കും. കുറച്ചു നേരം ഒന്നിച്ചിരിക്കാൻ, വർത്തമാനം പറയൽ മാത്രം ലക്ഷ്യം. ഇതാണ് സുഭാഷ്ചന്ദ്രൻ. ഇത് ഒരിക്കൽ മാത്രം സംഭവിക്കുന്നതല്ല. നിരന്തരം ആവർത്തിച്ചുകൊണ്ടിരിക്കുന്ന പ്രവൃത്തി. ബന്ധങ്ങളിലും അവ പവിത്രമായി പരിപാലിക്കുന്നതിലും സവിശേഷമായ ശ്രദ്ധയുണ്ടായിരുന്ന ആളാണ് അദ്ദേഹം. ഉദാഹരിക്കാൻ എത്രയോ സന്ദർഭങ്ങൾ മനസ്സിൽ ഇരച്ചുകയറുന്നു. പക്ഷേ, അവ എടുത്തുപറഞ്ഞു വിശദീകരിക്കാനുള്ളതല്ലല്ലോ ഈ സന്ദർഭം. സുഭാഷ്ചന്ദ്രനെക്കുറിച്ച് എഴുതിയ ഒരു പുസ്തകം നിർവികാരനായി നിവർത്തിവയ്ക്കാൻ കഴിയുകയില്ലെന്ന് ഞാൻ ഓർക്കുകയായിരുന്നു.

ഈ സുഭാഷ്ചന്ദ്രന്റെ ധർമ്മപത്നിയായി ജീവിച്ചതിന്റെ ഓർമ്മകൾ അയവിറക്കുന്നതാണ് രാജത്തിന്റെ പുസ്തകത്തിലെ ഒരു ഭാഗം. മറ്റൊരു ഭാഗം സുഭാഷ് വിടചൊല്ലി പോയതിനു ശേഷം അനുഭവിച്ചുതീർത്ത കാലങ്ങളെക്കുറിച്ചുള്ള ഓർമ്മകളാണ്. വിടചൊല്ലി പിരിഞ്ഞു എന്ന് ഒരു പതിവുശൈലിയിൽ എഴുതിപ്പോയതാണ്. ആരോടും ഒരു വാക്കും ഉരിയാടാതെയുള്ള പോക്കായിരുന്നു അത്. ഒരു ദിവസം കോളേജിൽനിന്ന് നേരത്തെ വന്ന് ഊണുകഴിച്ച് ഒരു നോവലും വായിച്ച് കിടന്നു. വൈകുന്നേരം ചായ കുടിക്കാൻ മകൻ പ്രിയേന്ദു ചെന്നു വിളിക്കുമ്പോൾ അനക്കമില്ല. അതിനിടയിൽ ദുർബലമായ ശരീരം ഉപേക്ഷിച്ച് ദേഹി യാത്രയായിരിക്കുന്നു. കാറ്റുവീശുന്ന വേഗത്തിലാണ് സുഭാഷിന്റെ വരവ്, അതേപോലെ യാതൊരു മുന്നറിയിപ്പുമില്ലാതെ കടന്നുപോവുകയും ചെയ്തു. ജീവിതത്തെക്കുറിച്ച് ആലോചനയുള്ളവർക്ക് വേണമെങ്കിൽ അസൂയാർഹമായ മരണം എന്നു പറയാം!

അങ്ങനെ വിചാരിക്കാനാകുന്ന ആളല്ലല്ലോ രാജം. കൈകോർത്തുപിടിച്ച് നടന്നുപോകുന്നതിനിടയിൽ പെട്ടെന്ന് മുന്നിൽ ഒരു മഹാഗർത്തം ആവിർഭവിക്കുകയും കൂടെയുണ്ടായിരുന്ന കൂട്ടുകാരൻ അതിൽ അന്തർധാനം ചെയ്യുകയും ചെയ്താൽ എങ്ങനെയാണ് അതിനെ നേരിടുക എന്ന് പുറമേ നിന്ന് പറയുന്നതെല്ലാം പൊള്ളവാക്കുകളേ ആകൂ. ഒന്നിച്ചു ജീവിക്കുന്ന കാലത്തും ഏറെ വേദനകൾ കടിച്ചുപിടിച്ചുകൊണ്ട്

ജീവിക്കാനാണ് രാജത്തിന് വിധിയുണ്ടായത്. സുഭാഷ്ചന്ദ്രന്റെ സ്നേഹത്തിനോ കരുതലിനോ കുറവ് എന്തെങ്കിലും ഉണ്ടായിട്ടല്ല; അതിന് കുറവുണ്ടാവുക സാദ്ധ്യമല്ല. സുഭാഷിന്റെ മനോഘടന അങ്ങനെയുള്ളതാണ്. എന്നാൽ, ഏത് സ്വസ്ഥജീവിതത്തെയും നരകതുല്യമാക്കാൻ വിരുതുള്ളവർക്ക് കുറവുള്ളതല്ലല്ലോ ലോകം. ഉറ്റവർ പോലും ഇക്കാര്യത്തിൽ ലോഭം കാണിക്കുകയില്ല. യഥാർത്ഥത്തിൽ സംഭവിച്ചത് അതാണ്. ജീവിതത്തിൽ ഉടനീളം താൻ അനുഭവിച്ചതെന്തെന്ന്, വിധിയും ചുറ്റുപാടുകളും തനിക്ക് എന്താണ് ഒരുക്കി വിളമ്പിയതെന്ന്, ഈ ഗ്രന്ഥം വിവരിക്കുന്നു.

എന്നാൽ, അതു വിവരിക്കുകയല്ല ഈ ഗ്രന്ഥത്തിന്റെ രചനകൊണ്ട് എഴുത്തുകാരി ലക്ഷ്യംവയ്ക്കുന്നത്. കരൾ പിളരുന്ന വേദനകളുടെ മദ്ധ്യത്തിൽ, ആത്മഹത്യാമുനമ്പിലേക്ക് ചുവടുവച്ചുപോകുന്ന സാഹചര്യങ്ങളിൽ സാന്ത്വനമായും ആത്മബലം പകരുന്ന ശക്തികേന്ദ്രമായും ഒരാൾ ഉണ്ടായിരുന്നു. നിത്യചൈതന്യയതിയാണ് ആ വ്യക്തി. ചെറുപ്പം തൊട്ടേ ഗുരുവിന്റെ വാത്സല്യം അനുഭവിക്കാനുള്ള ഭാഗ്യം സുഭാഷിനും രാജത്തിനും ലഭിച്ചിരുന്നു. ഗതിമുട്ടുകയും ആലോചന സ്തംഭിക്കുകയും ചെയ്യുന്ന വേളകളിൽ ഓടിച്ചെന്ന് ആശ്രയിക്കാവുന്ന വ്യക്തിയായിരുന്നു ഗുരു നിത്യചൈതന്യയതി. മനുഷ്യരെ സ്നേഹിക്കുന്നതും അവരുടെ വേദനകളിൽ ഭാഗഭാക്കാകുന്നതും സന്ന്യാസവൃത്തിക്കു വിരുദ്ധമെന്ന് കരുതിയിരുന്ന ആളല്ല ഈ ഗുരു. രാഗദ്വേഷങ്ങളിൽനിന്നുള്ള മുക്തിയെന്നാൽ ഹൃദയത്തെ കല്ലുപോലെ ആക്കുക എന്നാണ് അർത്ഥമെന്നും അദ്ദേഹം കരുതിയില്ല. അതുകൊണ്ട് പിടയുന്ന ഹൃദയവുമായി ചെല്ലുമ്പോഴെല്ലാം ആശ്വാസദായകനായി അദ്ദേഹം മാറി. ജീവിതം ദുഃഖാത്മകമായ ജീവിതത്തെ എങ്ങനെയാണ് അഭിമുഖീകരിക്കേണ്ടതെന്ന് അദ്ദേഹം സൗമ്യനായി, സ്നേഹവായ്പോടെ ഉപദേശിച്ചു. അന്യനായ ഒരാളുടെ നിർവികാരവും നിസംഗവുമായ ഉപദേശമല്ല അത്. തന്നെ ആഴത്തിൽ അറിയുകയും ആഴത്തിൽ സ്നേഹിക്കുകയും തന്റെ ക്ഷേമത്തിലും ജീവിതഭദ്രതയിലും അനല്പമായ താല്പര്യം സൂക്ഷിക്കുകയും ചെയ്യുന്ന ഒരാളുടെ കനിവൂറുന്ന വാക്കുകളാണ് അദ്ദേഹത്തിൽനിന്നു വരുന്നത്. ശങ്കയില്ലാതെ തനിക്ക് സമീപിക്കുകയും ആശ്രയിക്കുകയും ചെയ്യാവുന്ന ഏക ബന്ധു ഗുരുവാണെന്ന് രാജം തിരിച്ചറിയുകയും ആ വിചാരത്തിൽ ഉറയ്ക്കുകയും ചെയ്തതിന്റെ സാക്ഷ്യമാണ് യഥാർത്ഥത്തിൽ ഈ ഗ്രന്ഥം.

അങ്ങനെ ഈ ഗ്രന്ഥത്തിലെ സ്വാനുഭവ വിവരണങ്ങളെല്ലാം ഗുരു നിത്യചൈതന്യയതിയുടെ വാത്സല്യനിർഭരവും കരുണാപൂർണ്ണവും ആയ ഹൃദയം എങ്ങനെയാണ് ജീവിതം ഒരുക്കിയ ദുഃഖങ്ങളുടെ ചുഴിയിൽ അകപ്പെട്ട് നിസ്സഹായമായിത്തീർന്ന ഒരു ജന്മത്തിനുവേണ്ടി, അത് കനത്ത ഇരുട്ടിൽവീണുപെട്ടുപോകാതിരിക്കുന്നതിനുവേണ്ടി, ജാഗരൂകമായിരുന്ന

തെന്ന് വെളിവാക്കാനുള്ള പശ്ചാത്തലം മാത്രമായിത്തീരുന്നു. ഗുരുവിന്റെ ഇടപെടലുകൾ, വാക്കുകൾ, പെരുമാറ്റ രീതികൾ എന്നിവയെല്ലാം ഈ പശ്ചാത്തലത്തിലാണ് അവതരിപ്പിക്കുന്നത്. ഗുരുവിന്റെ കത്തുകൾ പലതും ഇതിൽ ഉദ്ധരിക്കുന്നുണ്ട്. അവയിൽ പ്രത്യക്ഷപ്പെടുന്ന സ്നേഹം മാത്രമല്ല അഗാധമായ ജീവിതബോധവും നൈരാജ്യം പൂണ്ട ഒരു ജീവിതത്തെ എങ്ങനെ കർമ്മധീരവും ഉത്തരവാദിത്വപൂർണ്ണവും ആക്കിയെന്ന് നാം അറിയുന്നു. തന്റെ ജീവിതത്തിനും, ജീവിച്ചിരിക്കലിനുതന്നെയും, ഗുരുവാണ് കാരണം എന്ന് ഏറ്റുപറയുകയാണ് രാജം ചെയ്തിരിക്കുന്നത്. ആത്മകഥാപരമായ ഈ ഗ്രന്ഥത്തിന്റെ കേന്ദ്രസ്ഥാനത്തുനിന്ന് തന്നെ മാറ്റി നിർത്തി അവിടെ ഗുരുവിനെ പ്രതിഷ്ഠിച്ചിരിക്കുന്നു എന്നതാണ് ഇതിന്റെ സവിശേഷത. രക്തം പൊടിയുന്ന ഓർമ്മകളിലേക്ക് സ്നേഹ കാരുണ്യങ്ങളുടെ നറുനിലാവ് പെയ്തിറങ്ങുന്ന അനുഭവം ഈ കൃതി വായനക്കാർക്ക് സമ്മാനിക്കുന്നു. അത് ഉത്തേജകമായ അനുഭവമാണെന്ന് ഞാൻ കാണുന്നു.

അദ്ധ്യായം 1

സാമ്പ്രാണിക്കനലായ ബാല്യം

ഞാൻ ജനിച്ചത് പ്രകൃതിസുന്ദരമായ മൂന്നാറിൽ. അച്ഛൻ അവിടെ കണ്ണൻദേവൻ കമ്പനിയിൽ ഉദ്യോഗസ്ഥൻ. ഞങ്ങളുടെ അയൽവാസികളായ തമിഴ്കുടുംബക്കാരുമായുള്ള വർഷങ്ങളുടെ ഇടപഴകലുകൾ, അമ്മയുടെ ഈശ്വരവിശ്വാസത്തെ കാര്യമായി ബാധിച്ചിരുന്നു. "ഏഴാമത്തെ കുഞ്ഞ് പെണ്ണായാൽ ദുഃശകുനം, കുടുംബത്തിന് ശാപം, അവൾ ഇരന്നാൽ പോലും ഒന്നും കിട്ടില്ല" തുടങ്ങിയ തമിഴരുടെ അന്ധവിശ്വാസങ്ങൾ, കേരളീയ ഗ്രാമവാസിയായ അമ്മയെ ഏറെ അസ്വസ്ഥയാക്കിയിരിക്കണം. എനിക്കു പതിനാലു ദിവസം പ്രായമുള്ളപ്പോൾ, ഒരു ദിവസം സാമ്പ്രാണി പുകയ്ക്കുന്ന പാത്രം താഴെ തെറിച്ചു വീണ് പൊട്ടി. ചിന്നിച്ചിതറിയ ചിരട്ടകനലുകൾ ശരീരത്തിൽ തുളച്ചുകയറി ഗുരുതരമായി പൊള്ളലേറ്റു. അതിന്റെ വടുക്കൾ ഇന്നും ശരീരത്തിലുണ്ട്. എന്റെ കൂടപ്പിറപ്പുകളായ ആറുപേരെയും സശ്രദ്ധം വളർത്തിയ അമ്മയ്ക്ക്, ഇങ്ങനെ ഒരു കൈയബദ്ധം പിണയുമോ? ഞാനൊരു അധികപ്പറ്റായി തോന്നിയോ? അറിയില്ല. ഒന്നും അറിയില്ല. കേട്ടുകേൾവിമാത്രം.

"നീ ഭാഗ്യമില്ലാത്തവളാ, ആയുസ്സിന്റെ ബലംകൊണ്ടാ ഇന്ന് ജീവിച്ചിരിക്കുന്നത്. ദുരിതങ്ങൾ നിന്നെ വിട്ടൊഴിയുന്നില്ലല്ലോ മോളേ," എന്ന അമ്മായിയുടെ വാക്കുകൾ മറക്കാനാവുന്നില്ല. മാതാവിനാൽ വെറുക്കപ്പെട്ടവളായതുകൊണ്ടാവാം, കുട്ടിക്കാലത്തെ, താലോലിക്കാൻ പോന്ന മധുരസ്മരണകളോ, അനുഭവങ്ങളോ എനിക്കില്ല. അതാണ് സത്യം. അമ്മയേയും ശരീരത്തിലെ വടുക്കൾ കണ്ടും പറഞ്ഞുകേട്ടും

മാത്രം എനിക്ക് അറിവുള്ള പതിനാലാം ദിവസത്തെ പൊള്ളലിനേയും പറ്റി ചിന്തിക്കുമ്പോൾ പിൽക്കാലത്ത് കേട്ട സ്വാമിയുടെ (ഗുരു നിത്യ ചൈതന്യയതി) പ്രഭാഷണം ഞാൻ ഓർക്കും.

സ്വാമി പ്രഭാഷണത്തിൽ ഖലീൽ ജിബ്രാന്റെ 'പ്രവാചകൻ' ('The prophet') എന്ന പുസ്തകത്തിലെ ചില ഭാഗങ്ങൾ ഉദ്ധരിക്കാറുണ്ട്. അതിൽ ഒരു ഭാഗം ഇപ്രകാരമാണ്:

ഓർഷാലീസ് നഗരം വിട്ട്, പ്രവാചകനായ മുസ്തഫ പോകുന്നുവെന്നു കേട്ടപ്പോൾ ദുഃഖിതരായ പലരും പ്രവാചകനോട് ഓരോന്നു ചോദിച്ചു. അപ്പോൾ തന്റെ മാറിൽ ഒരു ചോരക്കുഞ്ഞിനെ അടക്കിപ്പിടിച്ചുകൊണ്ടുവന്ന ഒരു സ്ത്രീ രൂപം 'ഞങ്ങളോട് കുഞ്ഞുങ്ങളെപ്പറ്റി പറയൂ' എന്ന് പറഞ്ഞു.

പ്രവാചകൻ: നിങ്ങളുടെ കുഞ്ഞുങ്ങൾ നിങ്ങളുടെ കുഞ്ഞുങ്ങളല്ല. ജീവന് അതിനോട് തന്നെയുള്ള അഭിനിവേശത്തിൽനിന്നുണ്ടായ പുത്രന്മാരും പുത്രികളുമാണ്. നിങ്ങളിൽക്കൂടി വന്നവരാണ് അവർ. എന്നാൽ, നിങ്ങളിൽനിന്ന് വന്നവരല്ല നിങ്ങളോടൊപ്പം കഴിയുന്നുവെന്നത് ശരി തന്നെ. എന്നിരുന്നാലും, നിങ്ങൾക്കവരെ സ്വന്തമാക്കാനാവുകയില്ല. നിങ്ങൾ അവർക്ക് നിങ്ങളുടെ സ്നേഹം നിർലോഭം കൊടുത്തുകൊള്ളുവിൻ. എന്നാൽ, നിങ്ങളുടെ ചിന്ത നിങ്ങളിൽ തന്നെ ഇരുന്നുകൊള്ളട്ടെ. അവർക്ക് അവരുടേതായ സ്വന്തം ചിന്തകളുണ്ട്.

നിങ്ങളുടെ വീടുകളിൽ അവരുടെ ശരീരത്തെ പാർപ്പിക്കാം. ആത്മാവ് അവിടെ ആയിരിക്കില്ല പാർക്കുന്നത്. നാളെയുടെ നികേതങ്ങളിലായിരിക്കും അവരുടെ ആത്മാവിന്റെ വാസം. അവിടം സന്ദർശിക്കുവാൻ നിങ്ങളെക്കൊണ്ടാവുകയില്ല. പോകട്ടെ, അതേപ്പറ്റി സ്വപ്നം കാണാൻപോലും നിങ്ങൾക്കു കഴിയുകയില്ല. നിങ്ങൾക്ക് ശ്രമിക്കാം അവരെപ്പോലെ ആയിത്തീരാൻ- എന്നാൽ ഓർമ്മിക്കുക, അവരെ നിങ്ങളെപ്പോലെയാക്കാൻ ശ്രമിക്കരുത്. ജീവൻ പുറകോട്ടു പോകുന്ന സ്വഭാവമുള്ളതല്ല. അത് ഇന്നലെയിൽ അതിന്റെ താവളം കണ്ടെത്തിക്കൂടാ.

നിങ്ങൾ അച്ഛനും അമ്മയും ചേർന്ന് ഒരു ധനുസ്സാകുന്നു. അതിൽനിന്ന് അനന്തതയിലേക്ക് പറന്നുപോകുന്ന ശരങ്ങളാണ്, നിങ്ങളുടെ കുഞ്ഞുങ്ങൾ. ഈ ശരങ്ങളെ ലക്ഷ്യത്തിലേക്ക് എയ്തു വീഴുത്തുന്ന വിധാതാവ് നിങ്ങളെ രണ്ടുപേരെയും ഊക്കോടെ പിടിച്ചു വളച്ചെന്നുവരാം. എന്നാൽ മാത്രമേ നിങ്ങളുടെ കുഞ്ഞുങ്ങൾ വിദൂരതയിലെത്തുകയുള്ളു. വിധാതാവിന്റെ ബലിഷ്ഠഹസ്തങ്ങളിൽ ഗാണ്ഡീവമായിരുന്ന് നിങ്ങൾ ഞെരിയുമ്പോൾ സന്തോഷിക്കുവിൻ, തീക്ഷ്ണത

യോടെ, പറന്നകലുന്ന ആ ശരങ്ങളെ വില്ലുകുലക്കുന്നവൻ എത്ര സ്നേഹിക്കുന്നുവോ അത്രതന്നെ നിങ്ങളുടെ സ്ഥൈര്യത്തേയും അവൻ മാനിക്കും.

നമ്മുടെ ഇഷ്ടമനുസരിച്ചല്ലല്ലോ നാം പിറക്കുന്നത്. ഒരു കുഞ്ഞിനെ വളർത്താൻ താല്പര്യമുണ്ടെങ്കിൽ മാത്രമേ അതിന് ജന്മം നൽകാവൂ. ഒട്ടേറെ ത്യാഗങ്ങൾ സഹിക്കാൻ മാതാപിതാക്കൾ സന്നദ്ധരാകുകയും വേണം.

ഒരു പല്ലുവേദനയുടെ പ്രാകൃത ചികിത്സയുടെ ഓർമ്മയാണ് കുറച്ചുകൂടി മുതിർന്ന കാലത്തുനിന്ന് എനിക്കുള്ളത്. അപ്പോഴേയ്ക്കും ഞങ്ങൾ മൂന്നാറിൽനിന്നും നാടായ പള്ളുരുത്തിയിൽ താമസമാക്കിയിരുന്നു.

പല്ലുവേദന; അസഹനീയമായ പല്ലുവേദന - അമ്മയുടെ പൊടിക്കൈകൾക്കൊന്നു ഫലം കണ്ടില്ല. ഒടുവിൽ എന്നെ അമ്മ അടുത്തുള്ള ഒരു നാട്ടുവൈദ്യനെ കാണിക്കാൻ കൊണ്ടുപോയി.

പൊക്കം കുറഞ്ഞ, കറുത്തുതടിച്ച വൈദ്യനെ കണ്ടപ്പോൾ തന്നെ എനിക്കു പേടിയായി. ഗൗരവക്കാരനായ അദ്ദേഹം ഞങ്ങളെ ഉമ്മറത്ത് ഇരുത്തി. വിവരങ്ങൾ ആരാഞ്ഞശേഷം കുറേ പച്ചമരുന്നുകൾ എടുത്ത് അരച്ച് എന്റെ കവിളിൽ തേച്ചുപിടിപ്പിച്ചു എന്നിട്ടു പറഞ്ഞു.

“ഈ മരുന്ന് പുരട്ടുമ്പോൾ വേദനയുണ്ടാക്കുന്ന പുഴുക്കൾ പുറത്തേക്ക് വരാൻ ശ്രമം നടത്തും. അപ്പോൾ ഈ പുരട്ടിയ മരുന്നിന്നൊപ്പം പുഴുക്കളുടെ തലയും അരിഞ്ഞുകളയും. വേദന മാറും.”

മരുന്ന് പുരട്ടിയപ്പോൾ അല്പം തണുപ്പുതോന്നി. പക്ഷേ, വേദന കുറഞ്ഞില്ല. മരുന്ന് ഉണങ്ങിത്തുടങ്ങിയപ്പോൾ അയാൾ ഒരു ക്ഷൗരക്കത്തിയുമായെത്തി. അത് ചാണയിൽ ഉരച്ച് മൂർച്ച കൂട്ടിയിട്ട് എന്റെ കവിൾ വടിക്കാൻ തുടങ്ങി. എന്റെ കണ്ണുനീരൊന്നും അയാൾ ഗൗനിച്ചില്ല. പകരം എന്നെ ശകാരിക്കുകയാണ് ചെയ്തത്. മരുന്ന് കത്തിയിൽനിന്ന് വടിച്ച് ഒരു പാത്രത്തിലിട്ടിട്ട് അയാൾ പറഞ്ഞു.

“നോക്കൂ, പുഴുവിന്റെ തലകൾ അരിഞ്ഞു കഴിഞ്ഞു. ഇനി വേദനിക്കില്ല. ഒരു എണ്ണകൂടി തേക്കാനുണ്ട്.” എന്നിട്ട് എന്തോ ഒരു എണ്ണകൂടി എന്റെ മുഖത്ത് പുരട്ടി.

അതോടെ വേദനയ്ക്കൊപ്പം നീറ്റൽ കൂടിയായി. വലിയ വായിൽ കരഞ്ഞുകൊണ്ട് ഞാൻ അമ്മയോടൊപ്പം മടങ്ങി.

അന്ന് ഞാൻ കുട്ടിയായിരുന്നു. അനുസരിക്കാനേ പഠിച്ചിട്ടുള്ളു. ഇന്നായിരുന്നെങ്കിൽ ഞാൻ അയാളെ അടിക്കുമായിരുന്നു. എന്റെ കര

ച്ചിൽ കേട്ട് അടുത്തവീട്ടിലെ കുഞ്ഞമ്മയെത്തി. “അയ്യോ! എന്തുപറ്റി? രാജത്തിന്റെ മുഖം പൂച്ച മാന്തിയതുപോലുണ്ടല്ലോ?”

“പല്ലുവേദനയാ.” എന്റെ മറുപടി.

“മോളേ... ഞാനൊന്നു നോക്കട്ടെ, വാ തുറക്ക്” എന്ന് പറഞ്ഞ് കുഞ്ഞമ്മ അകത്തുപോയി ചൂണ്ടകോർക്കുന്ന ഒരു പ്ലാസ്റ്റിക് ചരട് കൊണ്ടുവന്നു. ടങ്കീസ് എന്നാണ് ഞങ്ങൾ ആ നേർത്ത പ്ലാസ്റ്റിക് ചരടിനെ വിളിച്ചിരുന്നത്.

“പുഴുപ്പല്ലാണ് പ്രശ്നം, ആടുന്നുണ്ട്. പറിച്ചു കളയാം” എന്ന് പറഞ്ഞ് ചരട് പല്ലിന്റെ അടിയിൽചുറ്റി ഊക്കോടെ ഒറ്റ വലി. പല്ല് കൈയിൽ! ചോര വരുന്നിടത്ത് പഴന്തുണി ചുരുട്ടിവെച്ചു. ക്രമേണ വേദന ശമിച്ചു. പക്ഷേ, മുഖത്തിന്റെ നീറ്റൽ ശമിച്ചില്ല. പാടുകൾ തെളിഞ്ഞുവന്നു. ഞാനൊരു ഗോഷ്ടീശ്വരിയായി.

സ്കൂളിലെത്തിയപ്പോൾ കൂട്ടുകാരികൾ അത്ഭുതത്തോടെ ചോദിച്ചു: “ഇതെന്തുപറ്റി? കാക്കറാഞ്ചിയോ? അതോ പൂച്ച മാന്തിയോ?”

“ആ ദുഷ്ടൻ വൈദ്യരുടെ പണിയാ” എനിക്കു കരച്ചിൽവന്നു. അങ്ങനെയിരിക്കെ ഒരിക്കൽ സ്വാമി ഞങ്ങളുടെ വീട്ടിലെത്തി. പാടുകൾ നിറഞ്ഞ എന്റെ മുഖം കാണുമ്പോൾ എന്തുപറയുമെന്നായിരുന്നു എന്റെ ആശങ്ക. എന്നാൽ, ഞാൻ അടുത്തെത്തിയപ്പോൾ സ്വാമി എന്റെ മുഖത്ത് വിശേഷവിധിയായി ഒന്നും കണ്ടതായി ഭാവിച്ചില്ല.

“രാജം എത്തിയോ? മിടുക്കി, അടുത്തുവാ. പിന്നെ പുതുതായി എന്തൊക്കെ പഠിച്ചു?” എന്ന് പുഞ്ചിരിയോടെ ചോദിച്ചു.

എനിക്ക് ആശ്വാസമായി. സ്വാമിയെന്നെ ‘മിടുക്കി’ എന്നു വിളിച്ചിരിക്കുന്നു! മുഖം വികൃതമല്ല എന്നല്ലേ അതിനർത്ഥം; സത്യം അതല്ലെങ്കിലും. ‘മിടുക്കി’ എന്ന ഒറ്റ വാക്കിലൂടെ സ്വാമി എന്റെ മനസ്സിന്റെ ഭാരം ഏറ്റെടുക്കുകയായിരുന്നു. ആത്മവിശ്വാസം പകരുകയായിരുന്നു. അത് എനിക്ക് പിന്നീടാണ് മനസ്സിലായത്.

നമ്മെ തളർത്താനും വളർത്താനും വാക്കുകൾക്ക് കഴിയുമെന്നും ബോധ്യമായി. പിൽക്കാലത്ത് ആരെ വിമർശിക്കുമ്പോഴും വാക്കുകൾ കരുതലോടെ പ്രയോഗിക്കാൻ ഞാൻ ശ്രദ്ധിച്ചു.

കുട്ടികളുടെ മനസ്സിലെ നൊമ്പരങ്ങൾ പെട്ടെന്ന് തിരിച്ചറിയുമായിരുന്നു സ്വാമി. അതിന് ഒരുദാഹരണം.

ഞാൻ പള്ളുരുത്തിയിൽ നാലാം ക്ലാസ്സിൽ പഠിക്കുന്ന കാലം. മരോട്ടിക്കൽ ചേന്ദൻ മാസ്റ്ററാണ് അദ്ധ്യാപകൻ. സമർത്ഥനായ മലയാള അദ്ധ്യാപകൻ. പരീക്ഷകൾ കഴിഞ്ഞപ്പോൾ ഗുരുഭക്തനായ മാസ്റ്ററുടെ

വീട്ടിൽ ഞങ്ങൾ കുട്ടികൾ എല്ലാവരും ഒത്തുകൂടി. അവിടെയാണ് 'ബാലലോകം' സമ്മേളനം. നാരായണ ഗുരുകുലം കുട്ടികളെ ആകർഷിക്കാൻ ആരംഭിച്ചതാണ് 'ബാലലോകം.' ചേന്ദൻ മാസ്റ്ററുടെ മകനും പിൽക്കാലത്ത് എന്റെ ഭർത്താവുമായ 'ബേബിക്കുട്ടൻ' എന്നു വിളിക്കുന്ന സുഭാഷ് ചന്ദ്രനാണ് പള്ളുരുത്തിയിലെ അതിന്റെ മുഖ്യസംഘാടകൻ. ഞാൻ ബേബിച്ചേട്ടൻ എന്നു വിളിക്കുന്ന ആ പത്താം ക്ലാസ്സുകാരൻ, തന്റെ അച്ഛൻ തെറ്റുതിരുത്താനായി കൊണ്ടുവന്നുവച്ചിരിക്കുന്ന ഉത്തരകടലാസ്സുകളുടെ കൂട്ടത്തിൽനിന്ന് എന്റേതുമാത്രം തിരഞ്ഞെടുത്ത് അതുമായി സദസ്സിലെത്തി: ഒരു ചെറു ചിരിയോടെ ഉറക്കെ വായിക്കാൻ തുടങ്ങി.

ശ്രീകൃഷ്ണനെ കാണാൻ പോകുന്ന കുചേലനെ വർണ്ണിക്കാനുള്ള ചോദ്യത്തിന്റെ ഉത്തരമാണ്.

"കുചേലൻ ചീഞ്ഞ മുണ്ടും, കീറിപ്പറിഞ്ഞു നാറിയ പുസ്തകവും ചത്ത ഓലക്കുടയും പിടിച്ച് ശ്രീകൃഷ്ണനെ കാണാൻ പുറപ്പെട്ടു." "ദാ, രാജം എഴുതിയ ഉത്തരമാണിത്. നിറയെ അക്ഷരത്തെറ്റ്. മുണ്ട് ചീയുമോ? ഓലക്കുട ചാവുമോ? പുസ്തകം നാറുമോ?"

ഇതുകേട്ട് എല്ലാവരും ചിരിയോട് ചിരി.

ഞാൻ ഇളിഭ്യയായി നിൽക്കുകയാണ്. അക്ഷരമറിഞ്ഞിട്ട് വേണ്ടേ തെറ്റില്ലാതെ എഴുതിപ്പിടിപ്പിക്കാൻ. ഈ ദുഃഖം ആരറിയാൻ? പെട്ടെന്ന് സ്വാമി പറഞ്ഞു:

"മതി ബേബിക്കുട്ടാ... രാജത്തിന് കുചേലനേയും അറിയാം, ശ്രീകൃഷ്ണനേയും അറിയാം. പിന്നെന്താ? അതുമതി."

അതോടെ, എല്ലാവരുടെയും ചിരി മാഞ്ഞു. സ്വാമി എന്റെ വേദനയറിഞ്ഞിരിക്കുന്നു. എന്നെ രക്ഷിച്ചു. ആശ്വാസമായി. അതിലുപരി, ബേബിച്ചേട്ടൻ തോറ്റുപോയതിലുള്ള സന്തോഷവും. എല്ലാവരുടെയും മുന്നിൽവെച്ച് എന്നെ കളിയാക്കിയില്ലേ? നന്നായിപ്പോയി. അങ്ങനെ തന്നെ വേണം ഞാൻ മനസ്സിലോർത്തു.

അക്കാലത്തെപ്പറ്റി ഗുരു തന്നെ എഴുതിയിട്ടുണ്ട്. 'മറക്കാനാവാത്തവർ' എന്ന കൃതിയിൽ:

1952-ൽ ഗുരുകുലത്തിൽ അന്തേവാസിയായതോടെ, 'ഗുരുകുലം' മാസികയുടെ ഭാഗമായി 'ബാലലോകം' എന്നൊരു പ്രസ്ഥാനം തുടങ്ങി കുഞ്ഞുങ്ങളെ അതിലേക്ക് ആകർഷിച്ച് മാസികയുടെ പംക്തിയിൽ കൂടി അവരോട് സംവാദത്തിൽ ഏർപ്പെടാമെന്ന് തോന്നി. അങ്ങനെ 'ഗുരുകുലം-ബാല ലോകം' എന്നൊരു പ്രസ്ഥാനം ഉണ്ടാ

യി.

ഞാനെറിഞ്ഞ ആദ്യത്തെ ചൂണ്ടയിൽ കൊത്തിയത് പള്ളുരുത്തി സുഭാഷ്ചന്ദ്രനായിരുന്നു. സുഭാഷിന് അന്ന് പന്ത്രണ്ടോ, പതിമൂന്നോ വയസ്സ് കാണും. വീട്ടിലെ രണ്ടു മക്കളിൽ ഇളയവനായിരുന്നതുകൊണ്ട് അച്ഛനമ്മമാർ, വാത്സല്യത്തോടെ, ബേബിക്കുട്ടനെന്ന് വിളിച്ചിരുന്നു. ഞാനും അങ്ങനെ തന്നെ. കുഞ്ഞുങ്ങളുടെ മനസ്സിലേക്ക് ഇറങ്ങിച്ചെല്ലാനും, അവരുടെ കണ്ണുകളിൽ കൂടി ലോകത്തെ അറിയാനും എനിക്ക് ആദ്യം അവസരമുണ്ടായത് ബേബിക്കുട്ടനെ പരിചയപ്പെട്ടതോടെയാണ്.

സുഭാഷിനെ പരിചയിച്ച കാലത്തുതന്നെയാണ് രാജത്തിനേയും ശ്രദ്ധിക്കുവാൻ ഇടയായത്. അവൾ ഏതോ ഒരു ഗ്രാമീണ നൃത്തം പഠിച്ചിട്ടുണ്ടായിരുന്നു. മുറ്റത്തെല്ലാം മഞ്ഞച്ചിറകുള്ള ശലഭം പറന്നു നടക്കുന്നതുപോലെ ചിരിച്ചും, കളിച്ചും, രാജം ഓടിനടക്കും. അവളുടെ ഉല്ലാസം നിറഞ്ഞ നൃത്തം കണ്ട് ഞാൻ അവളെക്കൊണ്ട് അത് പിന്നെയും പിന്നെയും ചെയ്യിക്കും."

ഞാൻ നാലാം ക്ലാസ്സിൽ പഠിക്കുന്ന കാലമായിരുന്നു അത്. ചേന്ദൻമാസ്റ്ററുടെയും, ഭാർഗ്ഗവി ടീച്ചറുടേയും മക്കളാണ് രാജേന്ദ്രപ്രസാദും, സുഭാഷ്ചന്ദ്രനും. എന്റെ അകന്ന ബന്ധുക്കൾ കൂടിയായിരുന്നു അവർ. അവരുടെ വീട്ടിലാണ് സ്വാമി ആദ്യം എത്തിയത്. സ്വാമി വരുന്നുവെന്നറിഞ്ഞാൽ വളരെ നേരത്തെ ഒരുക്കങ്ങൾ ആരംഭിക്കും. വീടും, പരിസരവും, കുളക്കടവുമെല്ലാം വൃത്തിയാക്കും. പാത്രങ്ങളായ പാത്രങ്ങളൊക്കെ തേച്ചു കഴുകി തിളങ്ങുന്നവിധത്തിലാക്കും. എല്ലാവരും ശുചിത്വം പാലിക്കണമെന്ന് നിർബന്ധമാണ്. അമ്മമാർ ചേർന്ന് എല്ലാവർക്കും വിഭവസമൃദ്ധമായ സസ്യാഹാരം പാകപ്പെടുത്തും.

സ്വാമിയുടെ മുന്നിൽ അവതരിപ്പിക്കാനുള്ള വിവിധ കലാപരിപാടികൾ നേരത്തെ ആസൂത്രണം ചെയ്യും. അതെല്ലാം തീരുമാനിക്കുന്നത് ബേബിച്ചേട്ടനാണ്.

കാത്തുകാത്തിരുന്ന ആ സുദിനം വന്നെത്തി. സ്വാമിയെ ആദ്യം കണ്ട അവസരം മറക്കാനാവില്ല. ഒരു കാറിൽ ഏതാനും ശിഷ്യരൊന്നിച്ചാണ് നിത്യചൈതന്യ യതി എന്ന ജയചന്ദ്രൻ സ്വാമി എത്തിയത്. ഇളം നിറമുള്ള കാവിവസ്ത്രം ധരിച്ച സുമുഖനായ ഒരു ചെറുപ്പക്കാരൻ. നല്ല ഉയരം. കറുത്ത ചുരുണ്ട തലമുടി തോളറ്റം വളർന്നു കിടക്കുന്നു. ഇടതിങ്ങിയ ദീക്ഷ മുഖഗാംഭീര്യം വർദ്ധിപ്പിക്കുന്നു. മുഖത്ത് അനന്യസാധാരണമായ തേജസ്സ്. ആ കണ്ണുകളിലെ മാസ്മരശക്തി

എന്തെന്ന് വിശദമാക്കാൻ എനിക്ക് വാക്കുകളില്ല. ഒറ്റനോട്ടത്തിൽ നാം ആരെന്ന് സ്വാമി മനസ്സിലാക്കി കഴിഞ്ഞെന്ന് ആ കണ്ണുകളിൽനിന്നു ബോധ്യമാവും. എല്ലാവരോടും പതിഞ്ഞസ്വരത്തിൽ, പുഞ്ചിരിയോടെ, സാവധാനം അദ്ദേഹം സംസാരിച്ചു.

ഞങ്ങൾ കുട്ടികൾക്ക് സ്വാമിയെ ആദ്യ കൂടിക്കാഴ്ചയിൽ തന്നെ ഏറെ ഇഷ്ടമായി. പക്ഷേ, ചിലരുടെ ഉള്ളിൽ ചില ശങ്കകൾ ഉദിക്കാതിരുന്നില്ല. "സ്വാമിയുടെ നോട്ടം കാണുമ്പോൾ, ഉള്ളിലൊരു പേടി. നമ്മുടെ മനസ്സിലുള്ളത് കണ്ടുപിടിക്കുമോ" എന്ന്. എന്റെ കൂട്ടുകാരിയുടെ സംശയം അതായിരുന്നു.

"വാ... വാ... എല്ലാവരും അടുത്തുവരൂ!" സ്വാമി ഞങ്ങളെ അടുത്തേക്ക് വാത്സല്യത്തോടെ വിളിച്ചു.

ഭയത്തോടെ ഓരോരുത്തരായി സ്വാമിയുടെ മുന്നിലെത്തി, വന്ദിച്ചു. സ്വാമി പേര് ചോദിച്ചു, പഠിക്കുന്ന ക്ലാസ്സ് ചോദിച്ചു. മിഠായിയും കൽക്കണ്ഠവും തന്നു.

സാവധാനം ഞങ്ങൾ സ്വാമിയുടെ കൂട്ടുകാരായി. എല്ലാ മാസവും ബേബിച്ചേട്ടന്റെ നേതൃത്വത്തിൽ 'ബാലലോകം' യോഗങ്ങൾ കൂടും. വിവരങ്ങൾ സ്വാമിയെ അറിയിക്കും.

പുറമെനിന്നുള്ള പലരും അദ്ധ്യക്ഷരായി എത്തും. ചിലപ്പോൾ കുട്ടികളിൽനിന്നുതന്നെ ഒരാളെ അദ്ധ്യക്ഷനാക്കും. എങ്ങനെ ഒരു യോഗം സംഘടിപ്പിക്കാമെന്ന് മനസ്സിലാക്കാൻ അത് സഹായകമായി.

സ്വാമി എത്തുമ്പോഴാണ് ആകെ ഒരു ഉന്മേഷം ഉണ്ടാവുന്നത്. എന്നും പുതുമനിറഞ്ഞ എന്തെങ്കിലും സ്വാമിക്ക് പറയാനുണ്ടാവും എന്നതുതന്നെ. ആംഗലേയ സാഹിത്യത്തിലെ പല കഥകളും സ്വാമി ലളിതമായി സംഗ്രഹിച്ച് പ്രതിപാദിക്കുമായിരുന്നു.

ചരിത്രവും ഊർജതന്ത്രവും രസതന്ത്രവും വേദാന്തവും തർക്കശാസ്ത്രവും മനഃശാസ്ത്രവും എന്നു വേണ്ട സ്വാമിക്കു അറിയാത്തതായി ഒന്നുമില്ല. കുട്ടികളോട് സംസാരിക്കുന്നത് അവർക്ക് മനസ്സിലാവുന്ന ഭാഷയിലാവും. സദസ്സിലെ വ്യക്തികളെ നോക്കിയാണ് ഏതു വിഷയവും അവതരിപ്പിച്ചിരുന്നത്. അവരുടെ നിലവാരം അനുസരിച്ചാണ് കാര്യങ്ങൾ അവതരിപ്പിച്ചിരുന്നത് എന്ന് സാരം. പ്രഭാതഭക്ഷണവും ഉച്ചഭക്ഷണവുമെല്ലാം തയ്യാറാക്കുന്ന അമ്മമാരുടെ പാചകനൈപുണ്യത്തെക്കുറിച്ചുപോലും സംഭാഷണത്തിൽ പറയും. നല്ലൊരു കേൾവിക്കാരനായിരുന്നു, സ്വാമി. അമ്മമാർ മക്കളുടെ വികൃതികളെക്കുറിച്ചും പഠിക്കാത്തതിനെക്കുറിച്ചുമൊക്കെ പ്രശ്നങ്ങൾ നിറഞ്ഞ ഒട്ടേറെ കാര്യ

ങ്ങൾ പറയും. അതിനെല്ലാം തൃപ്തികരമായ മറുപടി സ്വാമി നൽകി. അദ്ദേഹം പറയും: "കുട്ടികൾ കളിച്ചു വളരട്ടെ! അവരുടെ ബാല്യം നഷ്ടമാക്കാൻ നമുക്ക് അവകാശമില്ല."

'ബാലലോകം' യോഗങ്ങളിൽ വായനയ്ക്ക് വളരെയധികം പ്രാധാന്യം നൽകി. അതുകൊണ്ട് തന്നെ പുസ്തകചർച്ചകൾ പതിവായി. അങ്ങനെ ഞങ്ങൾക്ക് അദ്ദേഹം വായനയുടെ ലോകം കാട്ടി തന്നു; അറിവിന്റെ ഖനികളും.

മാതാപിതാക്കൾ കുട്ടികൾക്ക് വാങ്ങിക്കൊടുക്കേണ്ട പുസ്തകങ്ങളുടെ പേരുകൾ അദ്ദേഹം നിർദ്ദേശിക്കുമായിരുന്നു. 'ജാതകകഥകൾ', 'പഞ്ചതന്ത്രകഥകൾ', 'വിക്രമാദിത്യകഥകൾ', 'ഈസോപ്പ്കഥകൾ', 'രാമായണകഥകൾ', 'ഗ്രിംസ് ഫെയറിടെയിൽസ്', 'ആലീസ് ഇൻ വണ്ടർലാന്റ്', 'ടാഗോർ സാഹിത്യം', 'സെൻകഥകൾ', 'യൂഗോനോവലുകൾ, മോളിയരുടെ നാടകങ്ങൾ', 'കഥാസരിത് സാഗരം' അങ്ങനെയുള്ള പുസ്തകങ്ങൾ. ബേബിച്ചേട്ടൻ ഈ പുസ്തകങ്ങളിൽ ഭൂരിഭാഗവും ശേഖരിച്ചു. പിൽക്കാലത്ത് ഈ വായനയിലൂടെ ഏറെ പ്രയോജനം ഉണ്ടായിട്ടുണ്ട്.

സ്വാമി അമ്മമാരോട് പറയും "കുഞ്ഞുങ്ങളെ, ഓമനിക്കുമ്പോൾ "കള്ളാ", "കൊച്ചുകള്ളാ", "ചക്കരേ", തെമ്മാടി" എന്നെല്ലാം വിളിച്ച് ഓമനിക്കും. ഭാവിയിൽ അവൻ കള്ളനോ, തെമ്മാടിയോ ആയാൽ അത്ഭുതപ്പെടേണ്ടതില്ല. ചെറുപ്പം മുതൽ കേൾക്കുന്ന വാക്കാണല്ലോ "കൊച്ചുകള്ളാ", "തെമ്മാടി" എന്നൊക്കെ." അതുപോലെ കുഞ്ഞുങ്ങൾ തെറ്റു ചെയ്താൽ, വല്ല അബദ്ധവും പിണഞ്ഞാൽ, ദയനീയമായൊരു നോട്ടമുണ്ട്. ഒരു ഗ്ലാസ് വീണുടഞ്ഞാൽ അല്ലെങ്കിൽ പാൽ തൂവി പോയാൽ, വാരിയെടുത്ത് ഒരുമ്മ കൊടുത്തേക്കണം."

കുട്ടികൾ അവതരിപ്പിക്കുന്ന എല്ലാ പരിപാടികളും കാണും. പ്രസംഗം മറന്നാലും, പാട്ടിന്റെ വരികൾ തെറ്റിയാലും, നാടകത്തിന്റെ സംഭാഷണത്തിൽ പിഴ വന്നാലും, സ്വാമി അതൊന്നും തെറ്റായി കാണില്ല. നന്നായി കളിച്ചെന്ന് പറഞ്ഞ് പ്രോത്സാഹിപ്പിക്കും. കൊച്ചു കൊച്ചു സമ്മാനങ്ങൾ തരും. ചിലപ്പോൾ ഒരു പെൻസിൽ, അല്ലെങ്കിൽ മിഠായി. അതൊരു വലിയ അംഗീകാരമായിരുന്നു.

പരിപാടി കഴിഞ്ഞ് എല്ലാവരും പിരിയുമ്പോൾ സ്വാമി ചാരുകസേരയിൽ തനിയെ ഇരിക്കും. ഞങ്ങൾ ഓടി അടുത്തെത്തും. ഒരു ദിവസം, അമിത സ്വാതന്ത്ര്യത്തോടെ, ഞാൻ സ്വാമിയുടെ ചുരുണ്ട മുടി ചീകി. രണ്ടായി പിന്നിയിട്ടു. തലമുടിയിൽ പൂ ചൂടി. പൊട്ടു തൊടുവിച്ചു. കൈ

തടവിക്കൊടുത്തു. താടിയിൽ മെല്ലെ തലോടി. അപ്പോൾ സ്വാമി ഒരു കളിപ്പാവയായി, ഒരു ചങ്ങാതിയായി, ഞങ്ങളുടെ കളിക്കൂട്ടുകാരനായി മാറും.

മുതിർന്നവർ ഇതൊക്കെ കണ്ടു ദേഷ്യപ്പെടും. എന്നാൽ, ഞങ്ങൾ അതൊന്നും കാര്യമാക്കിയില്ല.

കവികളും, സാഹിത്യകാരന്മാരും, സാമൂഹ്യപ്രവർത്തകരും, അദ്ധ്യാപകരും, നീതിന്യായപാലകരും, എന്തിന് ജില്ലാ കലക്ടർവരെ സ്വാമിയുടെ പരിചിതരുടെ പട്ടികയിൽ ഉൾപ്പെടുന്നു.

മുറ്റത്തെ അയയിൽ വരിവരിയായി വിരിച്ചിട്ടിരിക്കുന്ന കാവിമുണ്ടുകൾ ദൂരെ നിന്ന് കാണുമ്പോഴെ ഞങ്ങൾക്ക് അറിയാം സ്വാമി എത്തിയെന്ന്. രണ്ടു മൂന്നു ദിവസത്തിൽ കൂടുതൽ ഒരിടത്ത് തങ്ങുകയില്ല. ആ ദിവസങ്ങളിൽ എന്നും വൈകിട്ട് പ്രഭാഷണം ഉണ്ടാവും. അതു കേൾക്കാൻ അമ്മമാരും, കുട്ടികളും, ചേച്ചിമാരുമാണ് കൂടുതലും എത്തുക. പുരുഷൻമാരായി ഏതാനും അഭ്യുദയകാംക്ഷികൾ മാത്രമേ പങ്കെടുത്തിരുന്നുള്ളു: ജോലിത്തിരക്കുകൊണ്ടാവാം. അന്നൊന്നും സ്വാമിയുടെ മഹത്ത്വം പലർക്കും കൃത്യമായി ഗ്രഹിക്കാൻ കഴിഞ്ഞിരുന്നില്ല എന്നതാണ് സത്യം.

കൊച്ചു കൊച്ചു കഥകളിലൂടെ ഞങ്ങൾ ഒട്ടേറെ കഥാപാത്രങ്ങളെ പരിചയപ്പെട്ടു. യാത്രാവിവരണങ്ങളിലൂടെ, സ്വാമിയുമൊത്ത് പല രാജ്യങ്ങളും സന്ദർശിച്ചു. അവിടങ്ങളിലെ മനുഷ്യരുടെ ജീവിതരീതികളും, ആചാരങ്ങളും മനസ്സിലാക്കി. 'ഏകലോക'മെന്ന മഹത്തായ സങ്കല്പത്തിന്റെ വാതിൽ, സ്വാമി തുറന്നുതരികയാണെന്ന് അന്ന് അറിഞ്ഞിരുന്നില്ല.

രസകരമായ കൊച്ചുകൊച്ചു കവിതകൾ ചൊല്ലിത്തരും. ചിത്രം വരച്ച് തരും. നമുക്കു ചുറ്റും കാണുന്ന വിവരിക്കാനാവാത്ത പ്രകൃതിയെക്കുറിച്ച് പറഞ്ഞുതരും.

ഒരു ദിവസം 'ബാലലോകം' യോഗത്തിനിടെ, വിജയൻ എന്ന കുട്ടി അതിമനോഹരമായ ഒരു ഗാനം ആലപിച്ചു. "കായലിനക്കരെ പോകാൻ എനിക്കൊരു കളിവള്ളമുണ്ടായിരുന്നു..." എന്നു തുടങ്ങുന്ന സിനിമാപ്പാട്ട്. അതിൽ കായലും മുത്തശ്ശിയും കളിവള്ളവും കുട്ടിയും വീടും പ്രകൃതിക്ഷോഭവുമെല്ലാം ഉണ്ടായിരുന്നു. ശ്രുതിമധുരമായി ഗാനം ആലപിച്ചു കഴിഞ്ഞപ്പോൾ സ്വാമി ഒരു കടലാസ് ഗായകന്റെ കൈയിൽ കൊടുത്തു.

അതിൽ കായലും മുത്തശ്ശിയും കളിവള്ളവും വീടും കുട്ടിയുമെല്ലാം

സുന്ദരമായി പെൻസിൽ ഉപയോഗിച്ച് വരച്ചിരിക്കുന്നു. ഞൊടിയിട കൊണ്ട് നമ്മെ അത്ഭുതപ്പെടുത്തുന്ന പെൻസിൽ ഡ്രോയിങ്ങ്!

സ്വാമി ചിലപ്പോൾ ശിഷ്യരുമൊത്ത് കുട്ടികളുടെ വീട് സന്ദർശിക്കുമായിരുന്നു. ഓലക്കുടിലിലെത്തി ഉമ്മറത്തിരുന്ന്, അവിടത്തെ കുട്ടിയോട് തനിക്ക് കുടിക്കാൻ കുറച്ചു വെള്ളം കൊണ്ടുവരാൻ പറയും. വീട്ടുകാർ അന്തംവിട്ടുപോവും. ഭയഭക്തിയോടെ അവർ വെള്ളവുമായെത്തും. പഴങ്ങൾ നൽകും. ചിലർ പാദപൂജയ്ക്ക് തുനിയും സ്വാമി അത് നിരുത്സാഹപ്പെടുത്തും: "ഞാൻ ആൾ ദൈവമല്ല, സാധാരണ മനുഷ്യനാണ്. ഇത്തരം പൂജകൾ വേണ്ട."

ജാതിമതഭേദമോ, ധനികദരിദ്രഭേദമോ സ്വാമിക്കില്ല. എല്ലാവരും സമന്മാരാണ് എന്ന മഹത്തായ സന്ദേശം ഓരോ പ്രവൃത്തിയിലും സ്വാമി കാട്ടിത്തന്നു.

അക്കാലത്ത് പലരുടെയും മനസ്സിൽ ജാതി ചിന്തകളും, ഉച്ചനീചത്വ വിചാരങ്ങളും രൂക്ഷമായിരുന്നു. അതുകൊണ്ട് ഇത്തരം പ്രവൃത്തികൾ പലരേയും അത്ഭുതപ്പെടുത്തി.

സ്വാമി തങ്ങളുടെ വീട്ടിലും വന്നിരുന്നുവെന്ന് അഭിമാനത്തോടെ പലരും പറഞ്ഞിരുന്നത് മറക്കാനാവുന്നില്ല.

എന്റെ രണ്ടാമത്തെ ജ്യേഷ്ഠൻ സ്വാമി വരുന്നുവെന്ന് അറിയുമ്പോൾ "നിങ്ങളുടെ കള്ള സ്വാമി" എന്ന് പറഞ്ഞ് ഞങ്ങളെ ശുണ്ഠി പിടിപ്പിക്കാൻ പരിഹസിക്കുമായിരുന്നു. ഈ വിവരം എന്റെ അമ്മാവന്റെ, അഞ്ചു വയസ്സുള്ള, മകൾ ഒരു ദിവസം സ്വാമിയോടു പറഞ്ഞു. പിള്ള മനസ്സിൽ കള്ളമില്ലെന്ന് പറയാറില്ലേ?

ജ്യേഷ്ഠൻ ഇത് അറിഞ്ഞു. ഒരിക്കൽ സ്വാമി വീട്ടിലേക്ക് വരുന്നുവെന്ന് അറിഞ്ഞപ്പോൾ, മറ്റൊരു വഴിക്ക് ഓടി രക്ഷപ്പെടാൻ ശ്രമിച്ചു. എങ്ങനെ സ്വാമിയെ അഭിമുഖീകരിക്കും അതായിരുന്നു പ്രശ്നം. എന്നാൽ, മറ്റൊരു വഴിയിലൂടെ സ്വാമി ജ്യേഷ്ഠന്റെ മുന്നിലെത്തി. ആകെ പരിഭ്രമിച്ച ജ്യേഷ്ഠനോട് പറഞ്ഞു.

"സുഗതാ...വാ... ഈ കള്ളസ്വാമിക്കൊപ്പം വീട്ടിലേക്ക് പോവാം." ഒരക്ഷരം മറുത്തു പറയാനാവാതെ, ജ്യേഷ്ഠൻ സ്വാമിയെ പിന്തുടർന്നു.

മറക്കാനാവില്ല ആ സംഭവം.

അക്കാലത്ത് ഒരിക്കൽ സ്വാമി ഞങ്ങളുടെ വീട്ടിൽ ഒരു പൂജ നടത്താൻ വരാമെന്ന് സമ്മതിച്ചു. സ്വാമി വീട്ടിൽ വന്ന് പൂജയും ഹോമവുമെല്ലാം നടത്തുന്നത് അന്നു വലിയ സംഭവമാണ്. അതുകൊണ്ട് ഒരുക്കങ്ങൾ നേരത്തെ തുടങ്ങി. അമ്മയും മുത്തശ്ശിയും വീടും പരി

സരവും കഴുകി വൃത്തിയാക്കി. വിളക്കും കിണ്ടിയും പൂജാപാത്രങ്ങളും എല്ലാം തേച്ചു മിനുക്കി. സ്വാമിക്കു കഴിക്കാൻ പാലും പഴവും തയ്യാറാക്കി.

എല്ലാവരും അതിരാവിലെ കുളിച്ച് വൃത്തിയുള്ള വസ്ത്രങ്ങൾ ധരിച്ച് കാത്തിരിപ്പായി. അച്ഛൻ എല്ലാ കാര്യങ്ങളുടേയും മേൽനോട്ടം വഹിച്ചു.

കൃത്യസമയത്ത് സ്വാമി എത്തി. ഞങ്ങൾ ഭയഭക്തിയോടെ സ്വീകരിച്ച് മുറിക്കുള്ളിലിരുത്തി. സ്വാമി എല്ലാവരോടും വരാൻ പറഞ്ഞു. നിലവിളക്കുകൾ തെളിഞ്ഞു. പിന്നെ ലളിതമായ ഒരു ഹോമം. ശേഷം, എല്ലാവരോടും എഴുന്നേറ്റ് കൈകൾ കൂപ്പി നിൽക്കാൻ ആവശ്യപ്പെട്ടു. എന്നിട്ട് എല്ലാവരോടും ഏറ്റുചൊല്ലാൻ ആവശ്യപ്പെട്ടുകൊണ്ട് ശ്രീനാരായണഗുരുവിന്റെ 'ദൈവദശകം' ഭക്തിയോടെ ആലപിച്ചു. പൂജ തീർന്നു. അതായിരുന്നു യഥാർത്ഥ പൂജ.

മുത്തശ്ശിക്കു മാത്രം അത്ര പിടിച്ചില്ല. ക്ഷേത്രങ്ങളിൽ നടത്താറുള്ള മണികിലുക്കത്തോടെയുള്ള ഗംഭീര പൂജയായിരുന്നു അവരുടെ മനസ്സിൽ. പൂജ വീട്ടിൽ നടത്തുമ്പോഴും പൂജാരികൾ പലവിധ ആവാഹിക്കലുകൾ ഒക്കെ നടത്താറുണ്ടല്ലോ? പഴയ മനസ്സുകൾക്ക് അതൊക്കെയാണ് ഭക്തി. അതുകൊണ്ട് ഇതത്ര ദഹിച്ചില്ല. എങ്കിലും മുത്തശ്ശി മുറുമുറുപ്പൊന്നും പ്രകടിപ്പിച്ചില്ല.

പൂജയ്ക്കു ശേഷം പഴവും പാലും സ്വാമിക്ക് നൽകിയപ്പോൾ സ്വാമി എന്റെ ചേച്ചി പ്രേമുവിനോട് ചോദിച്ചു: "പ്രേമു എന്താ രാവിലെ കഴിച്ചത്?"

ചേച്ചി പറഞ്ഞു: "കപ്പ പുഴുങ്ങിയത്."

"ഓ... കപ്പ പുഴുങ്ങിയതുണ്ടെങ്കിൽ അതുകൊണ്ടുവരൂ." അടുക്കളയിൽ ആകെ ബഹളം. സ്വാമിക്ക് നല്ല വൃത്തിയുള്ള പാത്രത്തിൽ വാഴയിലവെച്ച് അതിൽ കപ്പ പുഴുങ്ങിയതുമായി എത്തി അപ്പോൾ ഇതാ മറ്റൊരാവശ്യം: "കുറച്ചു പച്ചമുളക് ചമ്മന്തി അരച്ചുകൊണ്ടുവന്നാൽ നന്നായിരുന്നു."

വീണ്ടും അടുക്കളയിൽ എടുത്തൊരുക്കം. നല്ല ഒന്നാന്തരം കാന്താരിച്ചമ്മന്തി തയ്യാറാക്കി സ്വാമിയുടെ മുന്നിലെത്തിച്ചു.

വളരെയധികം തൃപ്തിയോടെ, കപ്പ പുഴുങ്ങിയതും ചമ്മന്തിയും കട്ടൻ കാപ്പിയും കഴിച്ച് സ്വാമി മടങ്ങി.

പുരോഗമനാശയക്കാരനായ അച്ഛന് ഏറെ തൃപ്തിയായി. ആദരവ് ഇരട്ടിച്ചു.

സ്വാമിയുടെ കാർമ്മികത്വത്തിൽ നടന്ന ഒരു വിവാഹം ബാല്യത്തിൽനിന്നുള്ള എന്റെ ഹരിതമധുരമായ ഓർമ്മയാണ്.

ഉപ്പുകൂട്ടിൽ വീട്ടിൽ കാരണവർ ഒ.കെ. ശങ്കുണ്ണി നാട്ടുപ്രമാണി, ശ്രീനാരായണ ഭക്തൻ, മട്ടാഞ്ചേരിയിലെയും വില്ലിംഗ്ടൺ ഐലന്റിലെയും ഈസ്റ്റ് ഇന്ത്യാക്കമ്പനി മാനേജർ. ഭാര്യ: കല്യാണി. മൂന്നു മക്കൾ: സത്യപാലൻ, ധർമ്മപ്രഭ, ദയപ്രകാശ്. മക്കളുടെ പേരുകൾ അർത്ഥവും ഭംഗിയുംകൊണ്ട് ശ്രദ്ധേയം. ഇവരാണ് ചേന്ദൻ മാസ്റ്ററുടെ അയൽക്കാർ. ഒരു വീടുപോലെയാണവർ കഴിഞ്ഞിരുന്നത്.

ധർമ്മപ്രഭയെ, ഞങ്ങൾ പ്രഭച്ചേച്ചി എന്നാണ് വിളിക്കുന്നത്. ചേച്ചി അന്ന് എസ്.ഡി.പി.വൈ സ്കൂളിലെ അദ്ധ്യാപികയാണ്. കുട്ടികളോട് ഏറെ വാത്സല്യമുള്ള സുന്ദരിയായ പ്രഭച്ചേച്ചിയോടൊപ്പമാണ് ഞാൻ സ്കൂളിൽ പോയിരുന്നത്. നാലാം ക്ലാസ്സിലാണ് ഞാൻ. ചേച്ചിയും സ്വാമിയുടെ ആരാധികയായിരുന്നു. സ്വാമി വരുന്നുവെന്നറിഞ്ഞാൽ വീട്ടിലെത്തി എല്ലാ സഹായങ്ങളും ചെയ്തുതരും. മുന്നിലേക്ക് വരില്ല. ഭയഭക്തിയോടെ മാറി നിൽക്കുകയേയുള്ളു. സ്വാമി കുട്ടികളുടേയും അമ്മമാരുടേയും കേൾവിക്കാരനായിരുന്നു; പ്രത്യേകിച്ച് കുട്ടികളുടെ.

മുറ്റത്ത് വിരിച്ച പായയിൽ എല്ലാവരും ഇരിക്കും. സ്വാമി കസേരയിലിരുന്ന് സംസാരിക്കുന്നത് ശ്രദ്ധയോടെ കേൾക്കും. അങ്ങനെയിരിക്കെ, പ്രഭച്ചേച്ചിയുടെ വിവാഹം നിശ്ചയിച്ചു. വരൻ ബ്രിട്ടീഷ് റോയൽ എയർഫോഴ്സിൽ ഉയർന്ന ഉദ്യോഗസ്ഥൻ. സമ്പന്നൻ, തറവാടി.

ഗുരു വിവാഹം നടത്തികൊടുക്കണമെന്ന വല്യച്ഛന്റെ അപേക്ഷ അംഗീകരിക്കപ്പെട്ടു.

കല്യാണദിവസമായി. അതിമനോഹരമായി അലങ്കരിച്ച പന്തൽ. കാർമ്മികനായി ഗുരു മാത്രം.

നിറപറയും, നിലവിളക്കും, ശ്രീനാരായണ ഗുരുവിന്റെ ഫോട്ടോയുംവെച്ച് അലങ്കരിച്ച കതിർമണ്ഡപത്തിലേക്ക് അണിഞ്ഞൊരുങ്ങിയ അതിസുന്ദരിയായ വധുവിനെ ആനയിച്ചു. തൊട്ടുപിന്നാലെ വരനെ മണ്ഡപത്തിലേക്ക് ക്ഷണിച്ചു.

വധൂവരന്മാരെ കണ്ടപ്പോൾ എനിക്ക് സങ്കടം സഹിക്കാനായില്ല. കാരണം, അതിസുന്ദരിയായ പ്രഭച്ചേച്ചിയെ കല്യാണം കഴിക്കാനെത്തിയിരിക്കുന്ന ചെറുക്കനെ എനിക്കു തീരെ ഇഷ്ടമായില്ല. തീരെ ചേലില്ലാത്ത പോലൊരു തോന്നൽ. അരോഗദൃഢഗാത്രനായ ആ ചെറുപ്പക്കാരന് എന്താണ് കുഴപ്പം? അതൊന്നും എനിക്കറിയില്ല. കാഴ്ചയിൽ എന്റെ പ്രഭച്ചേച്ചിയ്ക്ക് ഒത്ത ആകാരഭംഗിയുള്ള, സുന്ദരനായ മണവാളനെ

യാണ് ഞാൻ പ്രതീക്ഷിച്ചത്. ഞാൻ കരഞ്ഞു. സ്വാമി പ്രഭച്ചേച്ചിയുടെ കൈപിടിച്ച് മണവാളന്റെ കൈകളിൽ വയ്ക്കുന്നത് കാണാനിഷ്ടമില്ലാതെ, ഞാൻ കണ്ണടച്ചുനിന്നു. ആശംസകൾ അർപ്പിക്കാൻ തന്ന പൂക്കൾ ഇടാൻ മറന്നു.

കല്യാണം കഴിഞ്ഞു, തിരക്കല്പം ഒഴിഞ്ഞപ്പോൾ പ്രഭച്ചേച്ചി എന്നെ അരികിലേക്ക് വിളിച്ചു ചോദിച്ചു: "എന്താ, രാജം, മുഖത്തൊരു സങ്കടം? മണവാളനെ ഇഷ്ടമായോ?"

ഞാൻ മിണ്ടിയില്ല. അടുത്തുനിന്നവർ പറഞ്ഞു "പ്രഭച്ചേച്ചി പോകുന്നതിന്റെ സങ്കടമാ അല്ലേ?"

"അല്ല."

"പിന്നെന്താ കാരണം?" ചിലർക്കത് അറിയണം.

ഞാൻ സങ്കടത്തോടെ പറഞ്ഞു:

"എനിക്കു മണവാളനെ ഇഷ്ടമായില്ല. പ്രഭച്ചേച്ചി നല്ല സുന്ദരിയല്ലേ?"

"ഇനി ഇപ്പോൾ എന്താ ചെയ്യുക?" എല്ലാവരും ചിരിക്കുന്നു.

എനിക്ക് സങ്കടമായി. പറഞ്ഞത് പ്രശ്നമാവുമോ? എന്ന ചിന്തയൊന്നും ഉണ്ടായില്ല. പിന്നീട് പലപ്പോഴും പ്രഭച്ചേച്ചി ഇക്കാര്യം ഭർത്താവ് രാമൻചേട്ടനോട് പറഞ്ഞ് ചിരിക്കുമായിരുന്നു.

സ്നേഹസമ്പന്നനായ നല്ല വ്യക്തിയായിരുന്നു രാമൻചേട്ടൻ. ഗുരു നടത്തിക്കൊടുത്ത ആ വിവാഹം ഐശ്വര്യം നിറഞ്ഞതായിരുന്നു. പ്രഭച്ചേച്ചിയും, രാമൻചേട്ടനും ഗുരുവും ഇന്നില്ല. എങ്കിലും, മക്കളും, കൊച്ചുമക്കളുമുള്ള ആ കുടുംബത്തിൽ ഗുരുവിന്റെ അനുഗ്രഹം ഇന്നും പ്രതിഫലിക്കുന്നു. അന്നത്തെ കല്യാണത്തിരക്കിലെ എന്റെ ബാല്യദുഃഖം ഇന്നും ഏവർക്കും പറഞ്ഞുരസിക്കാൻ ഒരു തമാശ. മറ്റൊരു കല്യാണം കൂടി സ്മരണയിൽ വിരിയുന്നു.

എന്റെ മൂത്ത ജ്യേഷ്ഠന്റെ വിവാഹം. കുമ്പളങ്ങിയിലെ പ്രശസ്ത തറവാട്ടിലെ പെൺകുട്ടിയാണ് വധു.

കല്യാണ ദിവസമെത്തി. ആഘോഷത്തിമർപ്പ്. എല്ലാവരും അണിഞ്ഞൊരുങ്ങുന്നു. അതിനിടയിൽ അമ്മ എന്നോട് പറഞ്ഞു

"നീ പെണ്ണുകൊണ്ടുവരാൻ പോവണ്ട. മറ്റുള്ളവർ പോകട്ടെ."

"എന്താ കാര്യം? ഞാനല്ലേ ഏറ്റവും ഇളയത്. എന്നെ മാത്രം വിലക്കുന്നതെന്തിന്?"

ഉത്തരം കിട്ടിയില്ല. അക്കാലത്ത് മണവാട്ടിയുടെ പുതുവസ്ത്രങ്ങൾ അടങ്ങിയ പെട്ടി പിടിക്കുന്നത് ഇളയ പെങ്ങളാണ്. ആ അവകാശം എനിക്കു നിഷേധിച്ചു.

ആലോചിച്ചപ്പോൾ എനിക്കു സംഗതി പിടികിട്ടി. ഞാൻ ദുശ്ശകുന മാണെന്ന അമ്മയുടെ അന്ധവിശ്വാസം. കാലം ഏറെ കഴിഞ്ഞെങ്കിലും വിശ്വാസങ്ങൾക്ക് മാറ്റമുണ്ടായിട്ടില്ലെന്ന് ബോധ്യമായി. ദുഃഖം ഉള്ളി ലൊതുക്കി ഞാൻ ആൾക്കൂട്ടത്തിൽനിന്ന് ഒഴിഞ്ഞുമാറി. ഇന്നും അക്കാ ര്യമോർക്കുമ്പോൾ മനസ്സ് തേങ്ങും.

പിൽക്കാലത്ത് ഞാൻ ജ്യേഷ്ഠനോട് നർമ്മത്തോടെ ചോദിച്ചു: "ഞാൻ കുഞ്ഞിപ്പെങ്ങളാണ് പോലും. ചേട്ടന്റെ കല്യാണത്തിന്റെ അന്ന് ഈ സ്നേഹം എവിടെപ്പോയി? എന്നെ അന്വേഷിച്ചോ?"

മറുപടി ഇങ്ങനെ: "അന്നത്തെ തിരക്കിൽ ഞാൻ ഒന്നും അറി ഞ്ഞിരുന്നതേയില്ല."

ഗുരു പറയാറുണ്ട്. "ചേമ്പിലയിൽ വെള്ളം വീണാൽ ചേമ്പിലയ്ക്ക് ഒന്നും സംഭവിക്കുകയില്ല. ഇലയിൽ കെട്ടി നിൽക്കുന്ന ജലകണിക കളെ കാറ്റ് ഒഴുക്കികളയും. അല്ലെങ്കിൽ ആവിയാവും. ദുഃഖാനുഭവ ങ്ങളെ ചിന്തിച്ചുകൂട്ടി വെറുതെ വിലപിക്കരുത്."

അദ്ധ്യായം രണ്ട്

കൗമാര യൗവന പരീക്ഷകൾ

കാലവും തിരയും ആർക്കുവേണ്ടിയും കാത്തുനിൽക്കുകയില്ല എന്നാണല്ലോ ചൊല്ല്. ഋതുഭേദങ്ങൾ മാറിമറിഞ്ഞു. ബാല്യം ഞങ്ങളോട് വിട പറഞ്ഞു.

പ്രായമായതോടെ, എല്ലാത്തിനും നിയന്ത്രണങ്ങളായി. ഞങ്ങളുടെ ബാല്യം മറ്റു കുട്ടികൾ കൈയടക്കിയത് ഞങ്ങൾ അസൂയയോടെ നോക്കിനിന്നു.

ബേബിച്ചേട്ടൻ കോളേജിൽ ചേർന്നു; എറണാകുളം മഹാരാജാസ് കോളേജിൽ. അദ്ദേഹം മലയാള ഭാഷയിൽ സമർത്ഥനായിരുന്നു. പക്ഷേ, ഇംഗ്ലീഷ് ബാലികേറാമലയായി. പഠിച്ചതൊന്നും എഴുതി ഫലിപ്പിക്കാനായില്ല. പരാജയപ്പെട്ടു. വീണ്ടുമെഴുതി. എന്നിട്ടും വിജയിച്ചില്ല. നിരാശയായി. മാതാപിതാക്കളും ദുഃഖിതരായി: പഠനത്തിൽ തീരെ ഉത്സാഹമില്ലാതെ, ലക്ഷ്യബോധമില്ലാതെ അലയുന്ന മകൻ.

'ബാലലോക'ത്തിന്റെ പ്രവർത്തനങ്ങൾ അപ്പോഴും നിർവിഘ്നം നടക്കുന്നുണ്ടായിരുന്നു.

മകനെ ചൊല്ലിയുള്ള അമ്മയുടെ പരാതികൾ സ്വാമി ക്ഷമയോടെ ശ്രവിക്കും.

തന്നോട് ആർക്കും സ്നേഹമില്ല. കൈയിൽ പണമില്ല. ശക്തിയില്ല. തന്നെ ഒന്നിനും കൊള്ളില്ല എന്നിങ്ങനെയുള്ള പാരിതകളും സ്വയം വിമർശനങ്ങളും ഉൾക്കൊള്ളുന്ന കത്തുകൾ ഒന്നിനു പുറകെ ഒന്നായി തന്റെ ബേബിക്കുട്ടനിൽനിന്ന് സ്വാമിക്ക് ലഭിച്ചുകൊണ്ടിരുന്നു. അവയ്ക്ക് സ്വാമി ഇപ്രകാരം മറുപടി എഴുതി.

പ്രിയ ബേബിക്കുട്ടാ, *ബോംബെ*

15-12-1958

പരീക്ഷയിൽ ജയിക്കാൻ കഴിയാത്തത് ദുഃഖഹേതുകരമാണെന്ന് എനിക്കറിയാം. അച്ഛനും, അമ്മയ്ക്കും, ആ കാരണത്താൽ നിരാശ ഉണ്ടാകുകയും, ബേബിക്കുട്ടന്റെ നിർഭാഗ്യത്തെ പരാമർശിച്ചു സംസാരിക്കുകയും ചെയ്യുന്നത് സഹജമാണ്. എന്നാൽ, പരീക്ഷ പാസായിട്ടില്ലാത്ത മനുഷ്യർക്കും ഈ ലോകത്തിൽ ജീവിക്കാതെ തരമില്ല. കണക്കുകൂട്ടാൻ അറിയാൻ പാടില്ലാത്തവരും, പാഠം കാണാതെ പഠിക്കാൻ കഴിവില്ലാത്തവരും, വല്ലപ്പോഴും മാത്രം ലോകത്ത് ഉണ്ടാകുന്ന അത്ഭുതജീവികളല്ല. പഠിക്കാൻ കഴിയുന്നവരോളം തന്നെ പഠിക്കാൻ കഴിയാത്തവരും ജീവിക്കുന്നുണ്ട്. എന്തൊക്കെയാണ് ബേബിക്കുട്ടന്റെ പരാധീനതകൾ?

1. പണമില്ല. എന്നാലും ആഹാരം കിട്ടുന്നുണ്ടല്ലോ? അതു കൂടി കിട്ടാത്തവരാണ് ഇന്ത്യയിൽ ഭൂരിപക്ഷം ജനങ്ങൾ... അല്ലെങ്കിൽ പകുതിയെങ്കിലും.

2. ഡിഗ്രിയില്ല. ഇന്ത്യയിൽ ബിരുദധാരികൾ ഇപ്പോഴും പതിനെട്ടു ശതമാനത്തിന് താഴെയാണ്. എഴുതാനും, വായിക്കാനും അറിയാമല്ലോ?

3. ശക്തിയില്ല- കൈകാലുകൾ അറ്റുപോയവരും, ഇന്ദ്രിയങ്ങൾ നശിച്ചുപോയവരും, കിടക്കയിൽതന്നെ കഴിയുന്നവരുമായ ആയിരക്കണക്കിന് ആളുകളെ ഞാൻ കാണുന്നു.

4. സ്നേഹക്കുറവ് - ഒറ്റ പുഞ്ചിരി ലഭിക്കാതെ, മനുഷ്യത്വം ഊറുന്ന ഒരു നോട്ടം ലഭിക്കാതെ, തീരാത്ത ദുഃഖത്തിന്റെ ആഴത്തിൽ കഴിയുന്നവരേക്കാൾ, അച്ഛനമ്മമാരെങ്കിലും ഉള്ളവർ ഭാഗ്യവാന്മാരാണ്.

ഈ വിചാരങ്ങളെല്ലാം മൗഢ്യമാണ്. ധീരമായ ഒരു മനസ്സിന്, അചഞ്ചലമായ ഒരു ഹൃദയത്തിന്, തള്ളിനീക്കാൻ കഴിയാത്ത ഒരു ദുരവസ്ഥയും ഇന്നോളം ഈ ലോകത്തിലുണ്ടായിട്ടില്ല. ഏതെങ്കിലും ഒരു കഴിവെങ്കിലും മനുഷ്യനിൽ അവശേഷിക്കാതിരിക്കില്ല. ബേബിക്കുട്ടന് പരീക്ഷകൾ ഭയമാണെങ്കിൽ പരീക്ഷയില്ലാത്ത ജീവിതം സ്വീകരിക്കാം. കിട്ടിയ പഠിപ്പുകൊണ്ടു ചെയ്യാവുന്ന ഒരായിരം കാര്യങ്ങൾ ഇനിയും ശേഷിക്കുന്നു.

നിത്യ.

ആ മറുപടിയിൽ പലയിടത്തും ബേബിച്ചേട്ടൻ അടിവരയിട്ട് സൂക്ഷിച്ചു. അതനുസരിച്ച് മാറാനും ശ്രമിച്ചു. തുടർന്ന് എന്തുണ്ടായി എന്ന് സ്വാമി 'മറക്കാൻ കഴിയാത്തവർ' എന്ന പുസ്തകത്തിൽ പറയുന്നുണ്ട്. അത് ഇപ്രകാരം: "ഞാൻ എഴുതിയ ആ വരികളുടെ കീഴിൽ ബേബിക്കുട്ടൻ വരകളിട്ട് ഏതോ ഒരു ദൃഢനിശ്ചയം ചെയ്തതുപോലുണ്ട്. പിന്നീട്, ബി.എ. ബിരുദവും എം.എ.ബിരുദവും എടുത്തെന്നു മാത്രമല്ല ഫസ്റ്റ് ക്ലാസ്സിൽ ഫസ്റ്റ് റാങ്കോടുകൂടി തന്നെയാണ് ജയിച്ചത്." ബുദ്ധിയെക്കാൾ ഹൃദയത്തിന്റെ പ്രാധാന്യം ഉയർത്തിക്കാട്ടുന്ന ഒരു കത്തും ഗുരു ബേബിച്ചേട്ടന് എഴുതി. അത് ഇപ്രകാരമാണ്.

എന്റെ കത്തുവായിക്കുമ്പോൾ ബേബിക്കുട്ടന് എവിടെയാണ് ആനന്ദം അനുഭവമാക്കുന്നത്? തലച്ചോറിലോ, ഹൃദയത്തിലോ? തലയും ഹൃദയവും എന്താണിവ? നൂറ്റാണ്ടുകളായി നമ്മുടെ കാവ്യലോകത്തിൽ നിർല്ലോപം ഉപയോഗിച്ചുവരുന്ന വാക്കാണ് 'ഹൃദയം'. കാളിദാസനും, ഷേക്സ്പിയറും വിക്ടർയൂഗോവും ഗൊയ്ഥും ടാഗോറും ടോൾസ്റ്റോയിയും ആശാനും വള്ളത്തോളും ചങ്ങമ്പുഴയും ജിയും മാത്രമല്ല നമ്മൾ ഓരോരുത്തരും തന്നെ എത്രയധികം ഹൃദയത്തിന്റെ ആരാധകന്മാരാണെന്ന് ഒന്നാലോചിച്ചു നോക്കുക. മനുഷ്യശരീരത്തിൽനിന്നും വെട്ടിയെടുത്ത ഒരു ഹൃദയം ഒരിക്കൽ എന്റെ കൊച്ചനിയത്തി സുമംഗല എന്നെ എടുത്തുകാണിച്ചു. അവൾ മൂർച്ചയുള്ള ഒരു കത്തിയെടുത്ത് ആ ഹൃദയം നാലായി കീറി എന്നെ കാണിച്ചു. ഞാൻ അത് തിരിച്ചും മറിച്ചും നോക്കി. നിറവേറ്റപ്പെടാത്ത മാതൃത്വം നൽകിയ അകാലമൃത്യുവിനെ ചുംബിച്ച ഒരു പതിനേഴുകാരിയുടെ ഹൃദയമായിരുന്നു അത്. നിശ്ചയമായും അതൊരു തകർന്ന ഹൃദയമായിരിക്കുമെന്നുള്ളതിനു സംശയമില്ല. എന്നാൽ, എത്രനോക്കിയിട്ടും അതിൽ വിശേഷവിധിയായി ഒന്നും കണ്ടില്ല. ഞാനത് അനിയത്തിയോടു പറഞ്ഞു. അവൾ ഒരു നെടുവീർപ്പിട്ടിട്ടു പറഞ്ഞു.

"അണ്ണാ, ഒരു എല്ലു തകർന്നാൽ അതു കണ്ണുകൊണ്ടു കാണാം. പക്ഷേ, ഹൃദയം നുറുങ്ങിയാൽ അതു ഹൃദയമുള്ളവർക്കേ കാണാൻ കഴിയുകയുള്ളൂ" അവൾ ഡോക്ടറായിട്ടല്ല പറഞ്ഞത്. ഒരു മനുഷ്യസ്ത്രീയായിട്ടാണ്.

ഓ, ഹൃദയം. അതു സ്നേഹം കൊണ്ട് വിജൃംഭിക്കും, ഭയത്താൽ ചകിതമാകും. രോഷത്താൽ തീ പിടിക്കും. ദയയാൽ മൃദുലമാകും, ഭക്തിയാൽ പരവശമാകും. കവികളും, കാമുകന്മാരും, യോദ്ധാക്കളും, രക്തസാക്ഷികളും, പ്രവാചകന്മാരും ഹൃദയത്തിന്റെ മുൻപിൽ പുഷ്പാ

ഞ്ജലി അർപ്പിക്കുന്നവരാണ്. ആ ഹൃദയത്തിന്റെ അവകാശിയായിരിക്കുന്നത് തന്നെയാണ് മനുഷ്യന്റെ അനർഘതയും.

നിത്യ.

ഇത്തരം കത്തുകളുടെ പ്രചോദനമാണ് ബേബിച്ചേട്ടന്റെ മനസ്സിലെ കാർമേഘപടലങ്ങൾ നീക്കിയത്.

അക്കാലത്തൊരുദിനം സംപൂജ്യ നടരാജ ഗുരു ബേബിച്ചേട്ടന്റെ വീട്ടിലെത്തി. കൂടെ സ്വാമിയും.

വീടിനുള്ളിൽ നിറയെ ഭക്തർ. അവരുടെ നടുവിൽ ചാരുകസേരയിൽ നടരാജഗുരു.

ആൾക്കൂട്ടത്തിനിടയിൽ നിൽക്കുന്ന എന്നെ ഗുരു ശ്രദ്ധിച്ചു. അടുത്തേയ്ക്ക് വിളിച്ചിട്ട് കൈയിൽ പിടിച്ചിരിക്കുന്ന 'കരിന്തിരി' എന്ന മുണ്ടശ്ശേരി മാസ്റ്ററുടെ കൃതി നീട്ടി ഒരു ഭാഗം തിരഞ്ഞെടുത്തുകൊണ്ട്, "ഈ അദ്ധ്യായം വായിക്കൂ" എന്നൊരാജ്ഞ!

ഞാൻ ഭയഭക്തിയോടെ പുസ്തകം വാങ്ങി വായന തുടങ്ങി. കടുകട്ടിഭാഷ. കുറെ വായിച്ചു കഴിഞ്ഞപ്പോൾ "ങാ ഇനി നിറുത്തൂ" എന്ന് പറഞ്ഞിട്ട് എന്റെ മുഖത്ത് നോക്കി ഒന്നിന് പുറകെ ഒന്നായി കുറെ ചോദ്യങ്ങൾ ചോദിക്കാൻ തുടങ്ങി.

വായിക്കുമ്പോൾ തന്നെ ഒന്നും എനിക്ക് മനസ്സിലാക്കാൻ കഴിഞ്ഞിരുന്നില്ല. പൊരുൾ അറിഞ്ഞിട്ടു വേണ്ടേ ഉത്തരം പറയാൻ. ചോദ്യങ്ങൾ പോലും എനിക്ക് മനസ്സിലായില്ല.

ഗുരു രൂക്ഷമായി ഒരു നോട്ടം. എന്നിട്ട്, "ശരി, അടുത്തത് വായിക്കൂ" എന്ന് കല്പിച്ചു. ഗുരുവിന്റെ ഗാംഭീര്യം നിറഞ്ഞ ശബ്ദം, ചോദ്യങ്ങൾ, ശകാരം, കട്ടിക്കണ്ണടയിലൂടെയുള്ള നോട്ടം, എല്ലാം എന്നെ വല്ലാതെ ഭയപ്പെടുത്തി. മലയാളം അറിയാമെന്ന് പറഞ്ഞിട്ട് എന്തു ഫലം. ഒരു ചോദ്യത്തിനും എനിക്ക് ഉത്തരം നൽകാനായില്ല. ഞാൻ ആദ്യമായാണ് ആ കൃതി കാണുന്നത് തന്നെ. ആരും എന്നെ സഹായിക്കാനുണ്ടായില്ല. "ഞാൻ ഉത്തരം പറയാം" എന്ന് ആരും പറഞ്ഞതുമില്ല. ധൈര്യമെല്ലാം ഉരുകിയൊലിച്ചു. ഒരുവിധത്തിലാണ് ഞാൻ കരച്ചിലടക്കിയത്. പക്ഷേ, തൊണ്ട ഇടറിപ്പോയി. അതോടെ വായനയ്ക്ക് തിരശ്ശീല വീണു. ഗുരുവിന്റെ ശകാരം കാതിൽ മുഴങ്ങി.

പിന്നെ ഒരു നിമിഷം ഞാനവിടെ നിന്നില്ല. ഓർക്കാപ്പുറത്തേറ്റ അഭിമാനക്ഷതത്തോടെ വീട്ടിലേക്ക് ഓടി. ഗുരുവിനോട് തീർക്കാനാവാത്ത

കലി. സ്വാമി എന്നെ രക്ഷിക്കാത്തതിന്റെ അടങ്ങാത്ത പരിഭവം. പിന്നെ ബേബിച്ചേട്ടന്റെ പരിഹാസച്ചിരിയും. എന്റെ ഉറക്കം കെടുത്താൻ മറ്റെന്തു വേണം?

ഞാൻ രണ്ടും കല്പിച്ച് സ്വാമിക്ക് ഒരു കത്തെഴുതി. ക്ഷോഭിച്ച എന്റെ മനസ്സിൽ തോന്നിയതെല്ലാം അതിൽ കോറിയിട്ടു.

അതിന് ഗുരു അയച്ച മറുപടി ചുവടെ ചേർക്കുന്നു.

പ്രിയ രാജം, *5-7-68*

സസ്നേഹം അയച്ച കത്ത് കിട്ടി. ഗുരു ആരുടെയെങ്കിലും ജീവിത വീക്ഷണത്തിൽ കാര്യമായ മാറ്റം വരുത്തണമെന്ന് വിചാരിച്ചാൽ അവരെ കഴിയുന്നത്ര ബുദ്ധിമുട്ടിക്കുക പതിവാണ്. ഈ അനുഭവം ആദ്യമുണ്ടാകുന്നവർ ഗുരുവിനെ അങ്ങേയറ്റം വെറുക്കുകയും, എന്നേക്കുമായി ഉപേക്ഷിക്കുകയും ചെയ്യും. ഇനിയും കുറേക്കൂടി വികാരരഹിതമായി, അന്നു നടന്ന സംഭാഷണത്തെപ്പറ്റി ചിന്തിക്കാം. മുണ്ടശ്ശേരിയെപ്പോലെ വൻകിട നിരൂപകനെന്നു പറയുന്ന ഒരാളിന്റെ കൃതിയെയാണ് നിരൂപണം ചെയ്തത്. അയാൾ മുൻപിലില്ലായിരുന്നതുകൊണ്ട് അയാളോടു ചോദിക്കേണ്ടത് ഗുരു ഉറപ്പിച്ചു ചോദിച്ചു. ഞങ്ങൾക്ക് ഇത് ഗുരുകുലത്തിൽ പതിവാണ്. രാജം ആദ്യമായി കേട്ടതുകൊണ്ട് ആകെ വിരണ്ടുപോയി. ഇത്രയും ആളുകൾ അവിടെ ഇരിക്കുമ്പോൾ രാജത്തിനെ പ്രത്യേകിച്ചു വിളിച്ചു ഒന്നും പറയാൻ എനിക്ക് കഴിഞ്ഞില്ല. എന്റെ കൊച്ചുരാജം കണ്ണീരിന്റെ വക്കത്തെത്തിയിട്ടും അത് പുറത്തുകാണിക്കാതെ അവസാനം വരെ ഒരു യുദ്ധക്കളത്തിലെന്നതുപോലെ നിൽക്കുന്നത് കണ്ട് അതിനൊപ്പം ദുഃഖിക്കുകയും, അഭിമാനിക്കുകയും ചെയ്തു.

ഗുരു വഴക്കുപറഞ്ഞതിരിക്കട്ടെ. ഗുരു പറഞ്ഞ അഭിപ്രായമെന്തെങ്കിലും രാജത്തിന് സ്വീകാര്യമല്ലാത്തതായുണ്ടോ? കഴിഞ്ഞ പ്രാവശ്യം കുട്ടികൃഷ്ണമാരാരോട് ഗുരു സംസാരിച്ചപ്പോൾ പലർക്കും തോന്നിയത് ആജന്മശത്രുക്കളായ രണ്ടുപേർ തമ്മിൽ പല്ലും നഖവും ഉപയോഗിച്ചു ദ്വന്ദയുദ്ധം ചെയ്യുന്നുവെന്നാണ്. അതിനടുത്ത ദിവസം മാരാർ ഇവിടെയെത്തി അറിയിച്ചത് അദ്ദേഹം നടരാജഗുരുവിനെ അന്നു മുതൽ തന്റെ ഗുരുവായി സർവ്വാത്മനാ വരിക്കുന്നുവെന്നാണ്. രാജം പിണങ്ങി മാറരുത്. സൗകര്യം കിട്ടുമ്പോഴെല്ലാം ഗുരുവിനെ കാണണം. ഉറച്ചു തന്നെ ശണ്ഠ കൂടണം. പത്തുവർഷത്തെ നിരന്തരമായ യുദ്ധത്തിനു

ശേഷമാണ് നടരാജഗുരു പൂർണ്ണമായും എന്റേതും ഞാൻ അദ്ദേഹത്തിന്റേതുമായത്. നാം നന്മയായും മര്യാദയായും കൊണ്ടു നടക്കുന്ന പലതും വെറും പൊയ്മുഖങ്ങളാണ്. അതു തകർത്താൽ നാം ദുഃഖിക്കും. അതു തകർത്തുകളയുന്നവരോടു നാം ക്രുദ്ധരാകും.

ഞാൻ കാറിൽ കയറിയപ്പോഴും രാജം അവിടെയുണ്ടോ എന്നു നോക്കി. കണ്ടില്ല. കത്തുവരുമെന്നു സമാധാനിച്ചു. കത്തയച്ചില്ലായിരുന്നുവെങ്കിൽ വളരെ ദുഃഖിക്കുമായിരുന്നു. ഞാൻ കത്തെഴുതുന്നതു ബി.എയ്ക്ക് പഠിക്കുന്ന രാജം എന്ന യുവതിക്കല്ല. 13-14 കൊല്ലങ്ങൾക്കു മുൻപ് ചീനപ്പാട്ടു പാടി നൃത്തം ചെയ്യുമായിരുന്ന എന്റെ കൊച്ചുരാജത്തിനാണ്.

സ്നേഹപൂർവ്വം
പ്രിയ നിത്യ.

എന്റെ നിസ്സഹായാവസ്ഥ സ്വാമിക്ക് മനസ്സിലായിരുന്നുവെന്നത് ആശ്വാസമേകി. പക്ഷേ, ചൂടുവെള്ളത്തിൽ വീണ പൂച്ച പച്ചവെള്ളം കണ്ടാലും പേടിക്കുമല്ലോ. അതുകൊണ്ട് പിന്നീടൊരിക്കൽ നടരാജഗുരുവിനെ കണ്ടപ്പോൾ അടുത്തേയ്ക്ക് ചെന്നതേയില്ല. പ്രഭാഷണം അകലെയിരുന്ന് കേട്ടതേയുള്ളു.

മഹാരാജാസ് കോളേജിൽ പഠിക്കുന്ന കാലത്ത് ഒരു പരിപാടിയിൽ പങ്കെടുക്കാൻ അതിഥിയായി സ്വാമി കോളേജ് അങ്കണത്തിൽ എത്തി.

കാവിവസ്ത്രധാരിയെ കണ്ടയുടൻ വന്നു കുട്ടികളുടെ കമന്റ്:

"ദാ... സാക്ഷാൽ ശിവനെത്തിയിരിക്കുന്നു."

സ്വാമിയുടെ അടുത്തു പെൺകുട്ടികൾ നിൽക്കുന്നത് കണ്ട് അടുത്ത കമന്റ്:

"കണ്വമഹർഷിയും കുമാരികളും ഇതാ വരുന്നു."

എല്ലാവരും കൗതുകത്തോടെ സ്വാമിയെ നോക്കുകയാണ്. യോഗനടപടികൾ ആരംഭിച്ചപ്പോൾ സ്വാഗതപ്രാസംഗികൻ സ്വാമിയെ പരിചയപ്പെടുത്തി. കുട്ടികൾ ഉറക്കെ കൂവി. ഞങ്ങൾക്ക് ആകെ വിഷമവും വെപ്രാളവുമായി സ്വാമിയെ പരസ്യമായി ആക്ഷേപിക്കുകയല്ലേ. എന്നാൽ, തികച്ചും അപ്രതീക്ഷിതമായിരുന്നു സ്വാമിയുടെ പ്രതികരണം. വേദിയിൽനിന്നു സ്വാമിയും ഇതാ കുട്ടികൾക്കൊപ്പം ഉറക്കെ കൂവുന്നു!

പെട്ടെന്ന് സദസ്സ് ശാന്തമായി. സ്വാമിയും കൂവൽ നിറുത്തി.

"കുറുക്കൻ ഓലിയിടുമ്പോൾ, മറ്റു കുറുക്കന്മാരും കൂടെച്ചേരും" എന്ന മുഖവുരയോടെ പ്രഭാഷണം ആരംഭിച്ചു. മൃദുലസ്വരത്തിൽ, അത്യന്തം വിജ്ഞാനപ്രദമായ പ്രഭാഷണം. സ്വാമിയുടെ അനന്യ സാധാരണമായ ആംഗലേയ ഭാഷാനൈപുണ്യം കുട്ടികളെ അത്ഭുത പ്പെടുത്തി. ശാന്തമായി, സൗമ്യമായി, നിസ്സംഗനായി സ്വാമി തനിക്ക് അനുവദിച്ച സമയത്തിനുള്ളിൽ ഗംഭീരമായ പ്രഭാഷണം നടത്തി. പിന്നെ നിലയ്ക്കാത്ത കൈയടിയായിരുന്നു.

സ്വാമിക്കു ചുറ്റും ആരാധകരുടെ തിരക്ക്. അതിനിടയിൽ കമന്റടിച്ച വർ എവിടെ? കൂവി വിളിച്ചവർ എവിടെ? വെടിക്കെട്ടുകാരനെ പടക്കം പൊട്ടിച്ച് പേടിപ്പിക്കാനാവുമോ? പിൽക്കാലത്ത് അവരിൽ പലരും സ്വാമിയുടെ ആരാധകരായി. സ്വാമിയെത്തേടി ഫേൺ ഹിൽവരെ എത്തി.

ബേബിച്ചേട്ടൻ എം.എയ്ക്ക് പഠിക്കുമ്പോൾ ഞാൻ അവിടെത്തന്നെ മലയാളം ബി.എയ്ക്ക് ചേർന്നു. ബി.എ. രണ്ടാം വർഷം വ്യാകരണം, ഭാഷാപോഷിണി, കേരളപാണിനീയം, വൃത്തമഞ്ജരി എന്നിവ പഠി ച്ചെടുക്കാൻ എനിക്ക് വലിയ ബുദ്ധിമുട്ടായി. ഇന്നത്തെപോലെ അന്ന് ട്യൂഷൻ സൗകര്യം കുറവായിരുന്നു. മറ്റ് മാർഗ്ഗമില്ലാതായപ്പോൾ "വ്യാക രണം പഠിപ്പിച്ചു തരാമോ" എന്ന് ഞാൻ ബേബിച്ചേട്ടനോട് ആരാഞ്ഞു. വീട്ടിൽവന്ന് സംശയനിവാരണം നടത്തിത്തരാമെന്ന് ബേബിച്ചേട്ടൻ സമ്മതിച്ചു. അതു വിജയിക്കുകയും ചെയ്തു. അങ്ങനെ ഞാൻ ബി. എ.ക്കാരിയായി.

ബേബിച്ചേട്ടനെ കോളേജിൽ ഏവർക്കും ഇഷ്ടമായിരുന്നു. അദ്ധ്യാ പകരുടെ കണ്ണിലുണ്ണി. അനന്യസാധാരണമായ ഭാഷാപാണ്ഡിത്യം. നല്ല പ്രാസംഗികൻ, കവി, യൂണിയൻ ചെയർമാൻ അങ്ങനെ എല്ലാ രംഗ ങ്ങളിലും പ്രഗൽഭനായി വിലസുന്ന കാലം. ഞാൻ ബേബിച്ചേട്ടന്റെ വലിയ ആരാധികയായി.

എന്നെ ബേബിച്ചേട്ടൻ സ്നേഹവും, പരിഗണനയും കാട്ടി ആശ്വ സിപ്പിച്ചു. ഞാൻ വിഷമതകളൊക്കെ അദ്ദേഹത്തോട് പങ്കുവെയ്ക്കും. എന്റെ മുഖം വാടിയാൽ അത് ബേബിച്ചേട്ടൻ തിരിച്ചറിയുമായിരുന്നു. ആശ്വസിപ്പിക്കുമായിരുന്നു.

സ്നേഹം നിഷേധിക്കപ്പെട്ട അവസ്ഥയിൽ, അനുകമ്പയോടെ അതു പകർന്നുതന്ന ബേബിച്ചേട്ടനോട് എനിക്കൊരു അടുപ്പം തോന്നിയത് സ്വാഭാവികം. അത് പ്രേമമായിരുന്നില്ല.

ഒരു ദിവസം കൂടെ പഠിക്കുന്ന ഒരു പെൺകുട്ടിയെ ചൂണ്ടിക്കൊണ്ട്

ബേബിച്ചേട്ടൻ ചോദിച്ചു:

"രാജി, ദാ ആ പോകുന്ന പെൺകുട്ടി എങ്ങനെയുണ്ട്? എനിക്കു ചേരുമോ? ഒന്ന് ആലോചിച്ചാലോ?"

ഞാൻ പറഞ്ഞു: "അല്പം തടികൂടുതലുണ്ടോ എന്നൊരു ശങ്ക. എന്നാലും കുഴപ്പമില്ല. എനിക്ക് ഇഷ്ടമായി. ചോദിച്ചു നോക്ക്."

കുറച്ചുദിവസം പിന്നിട്ടപ്പോൾ എന്നോടു പറഞ്ഞു:

"എടോ, അതിനെ ആർക്കോ വേണ്ടി പറഞ്ഞുവെച്ചിരിക്കയാണത്രേ."

"അതെയോ, സാരമില്ല. ഇതിലും നല്ലതിനെ കിട്ടും. അതു പോയി തുലയട്ടെ പണ്ടാരം."

"ഛേ! അങ്ങനെയൊന്നും പറയരുത്. വളരെ മോശമാ" ബേബിച്ചേട്ടൻ വിലക്കി.

നാളുകൾ പിന്നിട്ടു. മഹാരാജാസ് വിട്ടു ഞാൻ ബി.എഡിന് സെന്റ് ജോസഫ് കോളേജിൽ ചേർന്നു. ബേബിച്ചേട്ടൻ സെന്റ് ആൽബർട്സ് കോളേജിൽ അദ്ധ്യാപകനായി. അതോടെ ബേബിച്ചേട്ടന് വിവാഹാലോചനകളും മുറുകി.

അങ്ങനെയിരിക്കെ, ഒരു ദിവസം ബേബിച്ചേട്ടൻ എന്നോട് ചോദിക്കുന്നു: "രാജീ, എനിക്ക് തന്നെ ഏറെ ഇഷ്ടമാണ്. തന്നെ എനിക്ക് തരുമോ എന്ന് തന്റെ വീട്ടിൽ ചെന്ന് ചോദിക്കാൻ എന്റെ അച്ഛനോട് പറയട്ടെ?"

ഞാനൊന്നു ഞെട്ടി. ഇത്തരമൊരു ചോദ്യം തീരെ പ്രതീക്ഷിച്ചതല്ല.

"വേണ്ട, നിങ്ങളുടെ വീട്ടിൽ വരാനുള്ള യോഗ്യത എനിക്കില്ല. എനിക്കു മനോരോഗിയായ ഒരു സഹോദരനുണ്ട്. അതു മറന്നോ? നിങ്ങൾ സമ്പന്നർ. എന്നെ മറന്നേക്കൂ. ഒരു സഹോദരിയായി കരുതിയാൽ മതി."

പക്ഷേ ബേബിച്ചേട്ടൻ പിന്മാറാൻ തയ്യാറായില്ല.

"തന്റെ പഠിത്തം കഴിഞ്ഞ്, ജോലി ആവട്ടെ, അതു കഴിഞ്ഞേ ചോദിക്കൂ എന്തു പറയുന്നു?"

ഞാൻ അടുക്കുന്ന ലക്ഷണമില്ലെന്ന് മനസ്സിലാക്കിയ ബേബിച്ചേട്ടൻ സഹായത്തിന് കൂട്ടുകാരെ സമീപിച്ചു. അവരിൽ പലരും സസ്നേഹം സഹകരിച്ചു. അവർ എന്നെ അനുനയിപ്പിക്കാൻ ശ്രമിച്ചുകൊണ്ടേയിരുന്നു.

അദ്ധ്യായം മൂന്ന്

ക്ഷണികാനന്ദം

ഒരു ദിവസം ബേബിച്ചേട്ടന്റെ അമ്മയും, അമ്മാവനും എന്റെ വീട്ടിലെത്തി. ധാർഷ്ട്യത്തോടെ, അവർ മാതാപിതാക്കളോട് പറഞ്ഞു:

"നിങ്ങളുടെ മകൾ രാജം ഞങ്ങളുടെ ബേബിക്കുട്ടനെ പ്രേമിക്കുന്നുവത്രേ. ഞങ്ങൾക്കു ഈ ബന്ധം ഇഷ്ടമല്ല. അതുകൊണ്ട് മകളെ നിലയ്ക്ക് നിറുത്തണം. അവളെ ഇനി കോളേജിൽ വിടരുത്."

അച്ഛനും അമ്മയ്ക്കും അപമാനം സഹിക്കാനായില്ല. അവർ എന്നെ ആ സദസ്സിലേക്ക് വിളിച്ചുവരുത്തി, കോടതിമുറിയിലെന്നപോലെ ചോദ്യം ചെയ്തു.

"ഇവർ പറയുന്നത് സത്യമാണോ? നിങ്ങൾ തമ്മിൽ പ്രേമമാണോ? ഇപ്പോൾ പറയണം. നീ കോളേജിൽ പോകുന്നത് പഠിക്കാനോ, പ്രേമിക്കാനോ? ഇനി പഠിക്കാൻ പോകണ്ട. ഇതോടെ പഠനം അവസാനിപ്പിക്കാം."

അത് എന്റെ ജീവിതത്തിലെ ദുരന്തങ്ങളുടെ തുടക്കമായിരുന്നു. പിന്നീട് സ്വസ്ഥതയെന്തെന്ന് ഞാൻ അറിഞ്ഞിട്ടില്ല. ഭൂമി പിളർന്ന് പോയിരുന്നെങ്കിൽ എന്നാശിച്ചുപോയ നിമിഷങ്ങൾ.

ഒരുവിധം ധൈര്യം സംഭരിച്ചു ഞാൻ പറഞ്ഞു.

"ബേബിച്ചേട്ടനോട് ചെന്ന് ചോദിക്കൂ ആരാണ് പുറകെ നടന്നതെന്ന്. സത്യം അറിഞ്ഞിട്ട് വന്ന് ബഹളം വച്ചാൽ മതി."

പക്ഷേ, അമ്മാവൻ അതൊന്നും ശ്രദ്ധിക്കാതെ, ശകാരവർഷം തുടർന്നു.

എന്റെ വീട്ടിലുള്ളവർക്ക് ഈ സംഭവം കനത്ത ആഘാതമായി. ഇന്നേ

വരെ ആരും കുടുംബത്തിൽ കയറിവന്ന് ഇങ്ങനെ ആക്രോശിച്ചിട്ടില്ല. അതിന് ഞാൻ കാരണക്കാരി. അതിന്റെ പ്രത്യാഘാതം പ്രചണ്ഡമായിരുന്നു. ഞാൻ വീട്ടുതടങ്കലിലായി. പരീക്ഷയ്ക്ക് മൂന്നു മാസം മാത്രമുള്ളപ്പോഴാണ് പഠനം മുടങ്ങിയത്.

ബേബിച്ചേട്ടന്റെ അച്ഛനോ, ബേബിച്ചേട്ടനോ, അറിയാതെയാണ് അമ്മയും അമ്മാവനും എന്റെ വീട്ടിലെത്തി പ്രശ്നങ്ങൾ സൃഷ്ടിച്ചത്. അതോടെ വീട്ടിലെ അന്തരീക്ഷം പ്രക്ഷുബ്ധമായി.

ബേബിച്ചേട്ടന്റെ കുടുംബാന്തരീക്ഷവും കലങ്ങിമറിഞ്ഞു. പ്രായപൂർത്തിയായ രണ്ടു വ്യക്തികൾ, പരസ്പരം സ്നേഹിച്ചു വിവാഹിതരാവുന്നത് അക്ഷന്തവ്യമായ അപരാധമൊന്നുമല്ലല്ലോ. കുറ്റവുമല്ല. കാര്യങ്ങൾ അറിയാതെ, ഉത്തരവാദപ്പെട്ടവരോട് ആലോചിക്കാതെ, എന്റെ വീട്ടിലെത്തി പ്രശ്നമുണ്ടാക്കിയ അമ്മയേയും അമ്മാവനേയും ബേബിച്ചേട്ടൻ നിശിതമായി വിമർശിച്ചു.

കാര്യങ്ങൾ അറിഞ്ഞ് ഗുരു ബേബിച്ചേട്ടന്റെ അച്ഛനോട് സംസാരിക്കാൻ എത്തി.

'മറക്കാൻ കഴിയാത്തവർ' എന്ന ഗ്രന്ഥത്തിൽ ഗുരു ആ സംഭവം സ്മരിക്കുന്നുണ്ട്. അതിൽ ഗുരു പറയുന്നു:

"വർഷങ്ങൾക്കുശേഷം, രാജം ഒരു കോളേജ് വിദ്യാർത്ഥിനിയായപ്പോൾ, സുഭാഷ്ചന്ദ്രനുമായി വിവാഹിതയാകേണ്ടുന്ന സന്ദർഭം വന്നു. ഒട്ടേറെ തടസ്സങ്ങൾ. ധാരാളം കണ്ണുനീർ. രണ്ടു വീടുകളിൽനിന്നും എതിർപ്പ്. രണ്ടു വീടുകളിൽനിന്നുള്ളവരും എനിക്ക് ഒരുപോലെ പ്രിയപ്പെട്ടവർ. സുഭാഷിന്റെ വാടിക്കരിഞ്ഞ മുഖം എനിക്കൊരിക്കലും കാണാൻ വയ്യ. രാജത്തിന്റെ കണ്ണുനീർ കാണുമ്പോൾ എന്റെയും കണ്ണ് നിറയും. പലതരത്തിലും അവരുടെ വ്യക്തിത്വം ഭിന്നമാണ്. പാരസ്പര്യം വളർത്തുന്ന പ്രേമം വളരെ ശക്തമാകുന്നതിന്, ഒരുപക്ഷേ, അവരുടെ വ്യക്തിത്വത്തിലുള്ള വൈരുദ്ധ്യവും പരിപൂരകത്വവും ഒരുപോലെ സഹായകരമായിരുന്നിരിക്കാം..."

"രാജത്തിനോടുള്ള വിരോധം കൊണ്ടല്ല സുഭാഷിന്റെ വീട്ടുകാർ വിവാഹത്തിനെ എതിർത്തത്. ബേബിക്കുട്ടനോടുള്ള വിരോധം കൊണ്ടല്ല രാജത്തിന്റെ വീട്ടുകാരും വിവാഹത്തിന് എതിരായത്. പ്രധാനപ്പെട്ട കാരണം ആരും പുറത്തുപറയാൻ ധൈര്യപ്പെട്ടില്ല. ഞാൻ സുഭാഷിന്റെ അച്ഛനെ പറഞ്ഞു സമ്മതിപ്പിക്കാനായി ചെന്നപ്പോൾ അദ്ദേഹത്തിന്റെ കണ്ണുകൾ നിറഞ്ഞ് ഒഴുകി. നിരുദ്ധകണ്ഠനായി അദ്ദേഹം 'അവന്റെ ആരോഗ്യം' എന്നു മാത്രം പറഞ്ഞു. പിന്നെ കുറെ സമയത്തേക്ക് ഞങ്ങൾ രണ്ടു പേരും മൂകരായിരുന്നു."

ഒടുവിൽ ബേബിച്ചേട്ടന്റെ അച്ഛൻ എന്റെ മാതാപിതാക്കളോട് മാപ്പ് പറഞ്ഞു. മകനു വേണ്ടി വിവാഹാഭ്യർത്ഥ നടത്തി.

പക്ഷേ, ആത്മാഭിമാനം ഏവർക്കും വലുതാണല്ലോ? എന്റെ കുടുംബത്തിലെത്തി അപമാനിച്ചവരോട് പെട്ടെന്ന് പൊരുത്തപ്പെടാൻ അവരുടെ മനസ്സ് അനുവദിച്ചില്ല.

പുകവലിക്കാരനായ ബേബിച്ചേട്ടന്റെ ആരോഗ്യ നിലയിലും എന്റെ വീട്ടുകാർക്ക് തൃപ്തി ഉണ്ടായിരുന്നില്ല.

“നീ, ഈ വിവാഹത്തിൽനിന്ന് പിന്തിരിയണം” എന്നു കാര്യകാരണ സഹിതം എന്റെ മൂത്ത ജ്യേഷ്ഠൻ ഉപദേശിച്ചു. എങ്കിലും പ്രേമത്തിന്റെ മാസ്മരശക്തിയിൽ കുടുങ്ങിപ്പോയ എനിക്ക് ആ സദുപദേശം സ്വീകാര്യമായില്ല.

വീട്ടുതടങ്കലിയായ എന്നെ കാണാതെ, ബേബിച്ചേട്ടൻ പരിഭ്രാന്തനായി. പരീക്ഷയ്ക്ക് രണ്ടു മാസം മാത്രം ബാക്കി. എന്തുചെയ്യും? ഒടുവിൽ എന്റെ അച്ഛൻ ഒരു തീരുമാനം അറിയിച്ചു:

“അവൾ കോളേജിൽ പോകട്ടെ. പരീക്ഷ എഴുതട്ടെ. അതുവരെ പഠിക്കാൻ അനുവദിക്കണം. മനഃസമാധാനം കൊടുക്കണം.”

അങ്ങനെ ഞാൻ കോളേജിലെത്തി. അപ്പോഴേയ്ക്ക് പാഠഭാഗങ്ങൾ എല്ലാം പഠിപ്പിച്ചു കഴിഞ്ഞിരുന്നു. വീണ്ടും പ്രശ്നങ്ങളായി. മനഃശാസ്ത്രം എന്ന വിഷയം എനിക്ക് അറിയാനേ വയ്യ അതെങ്ങനെ പഠിക്കും? ഭാഗ്യത്തിന് എന്റെ കൂട്ടുകാരിയുടെ സഹോദരി, ബി.എഡ്. കോളേജിലെ അദ്ധ്യാപിക സഹായത്തിനെത്തി. ആ ടീച്ചറെ ഞാൻ നന്ദിപൂർവ്വം സ്മരിക്കുന്നു. ഒരുവിധം പഠിച്ചു പരീക്ഷയെഴുതി. ഈശ്വരകൃപകൊണ്ട് വിജയിച്ചു.

ആ ഘട്ടത്തിൽ ഞാൻ പഠിച്ച വിദ്യാലയത്തിൽ ഒരു മലയാളം അദ്ധ്യാപികയുടെ ഒഴിവുവന്നു. അതു കിട്ടണമെങ്കിൽ സംഭാവനയായി അയ്യായിരം രൂപ അടക്കണം. അതിന് മാർഗ്ഗം കണ്ടെത്തണം. പ്രാരാബ്ധമുള്ള കുടുംബമായിരുന്നു എന്റേത്. ജ്യേഷ്ഠൻ മാത്രം ജോലിക്കാരൻ. കൂട്ടുകുടുംബം. മാനസികാസ്വാസ്ഥ്യമുള്ള ഒരു സഹോദരൻ. പ്രായമുള്ള മാതാപിതാക്കൾ.

ഒടുവിൽ എന്റെ ജ്യേഷ്ഠൻ തന്റെ അന്നേവരെയുള്ള സമ്പാദ്യം യാതൊരു മടിയുമില്ലാതെ, അച്ഛനെ ഏല്പിച്ചു; എന്റെ ജോലിക്കു വേണ്ടി.

ജ്യേഷ്ഠന്റെ വാക്കുകൾ ധിക്കരിച്ച കുഞ്ഞിപ്പെങ്ങളാണ് ഞാനെന്ന് ഓർക്കണം. ആ വലിയ മനസ്സിന്റെ മുന്നിൽ ഞാൻ നിശ്ശബ്ദയായി.

അങ്ങനെ ജോലി കിട്ടി. പക്ഷേ, ആഹ്ലാദം തോന്നിയില്ല. ശമ്പളം കിട്ടിയാൽ എങ്ങനെയെങ്കിലും കുറച്ച് രൂപ വീട്ടിൽ കൊടുക്കണമെന്നായിരു

ന്നു ആഗ്രഹം. അതും നടക്കുന്നില്ല. നിയമനം പാസ്സാക്കിക്കിട്ടുവാനുള്ള തടസ്സങ്ങൾ വേറെ.

ഒടുവിൽ ശമ്പളം ലഭിച്ചു. വളരെയധികം സന്തോഷത്തോടെ ഞാനത് അച്ഛനെ ഏല്പിക്കാനൊരുങ്ങി, എന്നാൽ അച്ഛൻ "അമ്മയുടെ കൈയിൽ കൊടുത്താൽ മതി" എന്ന് പറഞ്ഞു. ഞാൻ അമ്മയുടെ മുന്നിലെത്തി. "അമ്മേ, എനിക്ക് ആദ്യ ശമ്പളം കിട്ടി. ഇതാ..." എന്നു പറഞ്ഞു പണം അമ്മയുടെ നേരെ നീട്ടി.

"വേണ്ട, നിന്റെ ശമ്പളമൊന്നും എനിക്കു വേണ്ട" അമ്മ അത് വാങ്ങാൻ കൂട്ടാക്കിയില്ല. എന്റെ പണം ജ്യേഷ്ഠത്തിയമ്മയുടെ കൈയിലിരിക്കുന്ന കൊച്ചുമോന്റെ കൈയിൽ കൊടുത്തു. അവനത് താഴെ ഇട്ടു. പിന്നീട് നോട്ടുകൾ എന്നെ നോക്കി പരിഹസിക്കുന്നത് പോലെ തോന്നി.

ഇതിനിടെ, വീണ്ടും വിവാഹപ്രശ്നങ്ങളുടെ കടന്നുവരവ്. പിന്തിരിഞ്ഞാൽ ഒരുപക്ഷേ, ബേബിച്ചേട്ടൻ ജീവിതം തന്നെ അവസാനിപ്പിച്ചേക്കുമെന്ന് ചില സുഹൃത്തുക്കളുടെ മുന്നറിയിപ്പ്.

പറഞ്ഞാൽ പറഞ്ഞതുപോലെ ചെയ്യുന്ന കർക്കശക്കാരനാണ് ബേബിച്ചേട്ടനെന്ന് എനിക്കറിയാം. ആകെ വെപ്രാളമായി. ബേബിച്ചേട്ടൻ എന്നെ മലയാളം വ്യാകരണം പഠിപ്പിച്ചില്ലായിരുന്നെങ്കിൽ ഞാൻ ഈ നിലയിലെത്തില്ല. ഉറപ്പ്. എനിക്ക് ബി.എഡിന് പ്രവേശനം വാങ്ങിത്തന്നത് ബേബിച്ചേട്ടനാണ്.

നമ്മെ സ്നേഹിക്കുന്നയാളെയാണ് ജീവിതപങ്കാളിയാക്കേണ്ടതെന്ന തോന്നൽ. എങ്ങനെ ബേബിച്ചേട്ടന്റെ സ്നേഹം നിരസിക്കും? ഞാൻ പിന്മാറിയാൽ ബേബിച്ചേട്ടന് എന്തെങ്കിലും സംഭവിക്കുമോ എന്ന ഭയം ഒരു ഭാഗത്ത്. മറുഭാഗത്ത് ബേബിച്ചേട്ടന്റെ അമ്മയുടേയും, അമ്മാവന്റെയും ഭീഷണി. ഒടുവിൽ മനസ്സില്ലാ മനസ്സോടെ, എന്തുംവരട്ടെയെന്ന് കരുതി, ഞാൻ വിവാഹത്തിനു സമ്മതിച്ചു. ചെകുത്താന്റെയും, കടലിന്റെയും നടുവിൽ അകപ്പെട്ട അവസ്ഥ.

ബേബിച്ചേട്ടന് ആശ്വാസമായി. കല്യാണത്തീയതി നിശ്ചയിച്ചു.

ബേബിച്ചേട്ടന്റെ അച്ഛൻ, നേരത്തെ സംഭാഷണവേളയിൽ, സ്വാമിയോട് ദുഃഖാർത്തനായി പറഞ്ഞ "അവന്റെ ആരോഗ്യം" എന്ന ആ രണ്ടു വാക്കുകളിൽ ദൂരവ്യാപകമായ ചില പ്രത്യേഘാതങ്ങൾ ഒളിഞ്ഞിരിക്കുന്ന കാര്യം അന്ന് ഞാൻ അറിഞ്ഞിരുന്നില്ല.

ഒരിക്കൽ ജ്വരപ്പനി ബാധിച്ച് ബേബിച്ചേട്ടൻ ആശുപത്രിയിലായിരുന്നു. അന്ന് ഹൃദയത്തിന് നേരിയ തകരാറുണ്ടെന്ന് ഡോക്ടർ സൂചിപ്പിച്ചു. അന്ന് അത് ആരും അത്ര ഗൗരവമായി എടുത്തില്ല. ഗൗരവത്തോടെ എടുത്തിരുന്നെങ്കിൽ ചികിത്സിച്ച് ഭേദപ്പെടുത്താമായിരുന്നു. എന്തുകൊണ്ടോ

എല്ലാം രഹസ്യമായി വച്ചു. സ്വന്തം മക്കൾക്ക് ശാരീരികമായി പ്രശ്നങ്ങൾ ഉണ്ടെങ്കിൽ തുറന്നുപറയാനുള്ള സന്മനസ്സ് മാതാപിതാക്കൾ കാണിക്കണമെന്ന് സൂചിപ്പിക്കാനാണ് ഇതെഴുതുന്നത്. കാരണം, പിൽക്കാലത്ത് ഈ സത്യം അച്ഛൻ തന്നിൽനിന്ന് മറച്ചുവെച്ചതിൽ ബേബിച്ചേട്ടൻ ഏറെ വേദനിച്ചിട്ടുണ്ട്.

അങ്ങനെ കല്യാണദിവസമെത്തി. ഗുരു കല്യാണം നടത്തിത്തരണമെന്ന് ആത്മാർത്ഥമായി ഞങ്ങൾ ആഗ്രഹിച്ചു. എന്നാൽ, അക്കാര്യം എന്തുകൊണ്ടോ ആരും ഗുരുവിനോട് പറഞ്ഞില്ല.

ഗുരു കാർമ്മികനാകണമെന്ന് ഞാൻ ആവശ്യപ്പെട്ടിരുന്നെങ്കിൽ, വാശിപ്പുറത്ത് നടത്തുന്ന കല്യാണമായതിനാൽ, വീട്ടുകാർ ആ ആവശ്യം നിരസിക്കുമെന്ന് അറിയാമായിരുന്നു. ബേബിച്ചേട്ടൻ കരുതിയതോ അച്ഛൻ ഗുരുവിനോട് കാര്യം സൂചിപ്പിച്ചിരിക്കുമെന്ന്. ഞങ്ങളുടെ ഊഹം തെറ്റി. ജ്യേഷ്ഠൻ വിവാഹത്തിന് പൂർണ്ണ യോജിപ്പ് പ്രകടിപ്പിച്ചുവെങ്കിലും, എന്റെ വീട്ടിൽ കല്യാണപ്പന്തൽ ഇട്ടില്ല. ഒരു ആഘോഷവും ഇല്ലാതെ, മരണവീടുപോലെ മൂകമായിരുന്നു അന്തരീക്ഷം.

പുത്തൻ വസ്ത്രമണിഞ്ഞില്ല. വിഭവസമൃദ്ധമായ സദ്യ ഒരുക്കിയില്ല.

"എന്താ ഇവിടെ ഇങ്ങനെ? കല്യാണവീടല്ലേ? ചിലരുടെ സംശയം"

"അതേ, ഇവിടെ ഇങ്ങനെയേയുള്ളു... അത്ര തന്നെ" അമ്മയുടെ മറുപടി.

"ഇഷ്ടമില്ലാത്ത കല്യാണമല്ലേ? ഇത് സ്വാഭാവികം"- അവർ കരുതി.

ബേബിച്ചേട്ടന്റെ വീട്ടിൽ നേരെ മറിച്ചായിരുന്നു. പന്തലുയർന്നു. ബന്ധുക്കളെത്തി. വിഭവങ്ങൾ ഒരുക്കി.

ആലുവാ അദ്വൈതാശ്രമത്തിൽവെച്ച് വിവാഹം. മണ്ഡപത്തിൽ എത്തിയ ഞാൻ ഗുരുവിനെത്തേടി. കാണാനായില്ല.

ബേബിച്ചേട്ടനും, ബന്ധുക്കളുമെത്തി. ഗുരു കൂടെ വന്നിട്ടില്ല. എന്നാൽ, അകലെ ആൾക്കൂട്ടത്തിൽ കാവി വസ്ത്രം അണിഞ്ഞ ഒരാളെ ശ്രദ്ധയിൽപ്പെട്ടു. "എന്റെ ഗുരു". ഓടിച്ചെന്നു വിളിക്കണമെന്നുണ്ടായിരുന്നു. കഴിഞ്ഞില്ല. കാർമ്മികനെ തീരുമാനിക്കേണ്ടത് വധുവിന്റെ വീട്ടുകാരാണ്.

അതോടെ ഞങ്ങളുടെ ആശകൾ തകർന്നുടഞ്ഞു. ജീവിതത്തിലെ അതിപ്രധാനമായ മുഹൂർത്തത്തിൽ ഞങ്ങൾ രണ്ടാളും നിസ്സഹായരായി, അവിടത്തെ ഏതോ കാർമ്മികൻ പറയുന്നത് അനുസരിച്ചു. ഇന്നും അതോർക്കുമ്പോൾ മനസ്സ് പിടയും.

ജീവിതത്തിൽ എന്തെങ്കിലും ആഗ്രഹം സാധിക്കണമെങ്കിൽ തുറന്നു പറയാനുള്ള ധൈര്യം കാട്ടണം. അല്ലെങ്കിൽ ജീവിതകാലം മുഴുവൻ നഷ്ടബോധം നമ്മെ അലട്ടും.

വിവാഹാനന്തരം ഞങ്ങൾ ഗുരുവിനു മുന്നിലെത്തി. ഗുരു രണ്ടുപേരെയും വാത്സല്യത്തോടെ ആലിംഗനം ചെയ്തു. ഞങ്ങളുടെ കണ്ണുകൾ തുളുമ്പി. "മോളേ, എന്റെ ബേബിക്കുട്ടാ" ഈ രണ്ടു വാക്കുകൾ മാത്രമേ അദ്ദേഹം ഉച്ചരിച്ചുള്ളു.

കൈകൾ ഞങ്ങളുടെ ശിരസ്സിൽ വച്ച് അനുഗ്രഹിച്ചു. ഞങ്ങളുടെ ദാമ്പത്യത്തിന്റെ ക്ഷണികതയെക്കുറിച്ച് ഗുരുവിന് അന്നേ ഊഹിക്കാൻ കഴിഞ്ഞിരിക്കും എന്ന് ഞാൻ കരുതുന്നു.

വിവാഹാനന്തരം ബേബിച്ചേട്ടന്റെ വീട്ടിലെത്തി. വീണ്ടും നാട്ടുനടപ്പനുസരിച്ചുള്ള വിമർശന ശരങ്ങൾ എന്റെ നേർക്ക് എയ്യുവാൻ ചിലർ മുതിർന്നു.

"അമ്പമ്പോ! കഷ്ടം ആഭരണങ്ങൾ ഇത്രയുള്ളോ? നല്ല പഠിപ്പും, ജോലിയുമുള്ള ബേബിക്ക് ഇതിലും നല്ല എത്ര കാര്യങ്ങൾ വന്നതാ... ഒക്കെ... ഒരു വിധി."

"ആര് എന്തു പറഞ്ഞാലും രാജി കാര്യമാക്കരുത്. ഞാൻ രാജിയെ മാത്രമേ ആവശ്യപ്പെട്ടിട്ടുള്ളു. മറ്റൊന്നും എനിക്കു വേണ്ട." ബേബിച്ചേട്ടൻ ആശ്വസിപ്പിച്ചു. എന്നാലും വിമർശനങ്ങളെ ഭയന്ന് കല്യാണത്തിരക്കിൽ നിന്നൊഴിഞ്ഞു നിൽക്കാൻ മനസ്സ് ഏറെ കൊതിച്ചു. അവിടത്തെ പാർട്ടി ഗംഭീരമായിരുന്നു.

കല്യാണദിവസം വൈകിട്ട് എന്റെ വീട്ടിലെത്തി. സാധാരണ വീട്ടിലുള്ളവർ കൂടാതെ, പ്രായമായ രണ്ടു ബന്ധുക്കൾ മാത്രമേ അതിഥികളായി ഉണ്ടായിരുന്നുള്ളു.

ബേബിച്ചേട്ടന് എന്റെ വീട്ടിൽനിന്ന് യാതൊരുവിധ സ്വീകരണവും ലഭിച്ചില്ല.

രണ്ടു മുറികളിലായി ഞങ്ങൾ ഉറങ്ങി. ഇതിനിടെ ഒരു ദിവസം താലിമാല ഊരി താഴെ വീണു. അതൊരു അശുഭലക്ഷണമായി എനിക്കു തോന്നി. വിഷമത്തോടെ ഈ കാര്യം ബേബിച്ചേട്ടനോട് പറഞ്ഞു. വളരെ ലാഘവത്തോടെയായിരുന്നു മറുപടി:

"രാജീ, എനിക്കു സഹോദരിമാരില്ല. കല്യാണദിവസം മണവാട്ടിയുടെ പുറകിൽനിന്ന് മുടി മാറ്റിത്തരാനോ, താലിയുടെ കൊളുത്ത് മുറുക്കിയിടാനോ ആരും ഉണ്ടായിരുന്നില്ല. വെപ്രാളത്തിൽ ഞാൻ മാലയുടെ കൊളുത്തിട്ടപ്പോൾ വേണ്ടപോലെ മുറുക്കിയില്ല. അതാ ഇങ്ങനെ സംഭവിച്ചത്. സാരമില്ല നമുക്ക് അമ്പലത്തിൽ പോയി, തന്റെ സമാധാനത്തിന്, ഒന്നുകൂടി താലികെട്ടാം എന്താ... പോരേ?"

"ഉം... ശരി... എന്നാലും ഉള്ളിൽ വല്ലാത്ത ഒരു ഭയം തോന്നുന്നു."

"നോക്കൂ, താൻ വെറുതെ അന്ധവിശ്വാസിയാകരുത്. അത് നിസ്സാര

മായി കണ്ടാൽ മതി."

പിൽക്കാലത്ത് ജ്യേഷ്ഠത്തിയമ്മ വളരെ വിഷമത്തോടെ എന്നോട് ഒരു കാര്യം പറഞ്ഞത് മറക്കാനാവുന്നില്ല. ആദ്യം മഞ്ഞച്ചരടിൽ താലി കോർത്തു കെട്ടണമെന്നും അതിനുശേഷമേ താലി കെട്ടാവൂ എന്നും ജ്യോത്സ്യൻ പറഞ്ഞിരുന്നുവെന്ന്. എന്നാൽ, അന്നത്തെ സാഹചര്യത്തിൽ, ഭയം കാരണം ജ്യേഷ്ഠത്തി ആരോടും ഇക്കാര്യം പറഞ്ഞില്ല.

എന്റെ വീട്ടിൽ കഴിഞ്ഞ മൂന്നു ദിവസവും ഏറെ മനഃപ്രയാസമുള്ളവയായിരുന്നു. അതുകൊണ്ട് തന്നെ ബേബിച്ചേട്ടൻ അതിരാവിലെ പോയാൽ രാത്രിയാവും തിരിച്ചെത്തുമ്പോൾ. തനിയെ കിടക്കും. ഞങ്ങൾ തമ്മിൽ സംസാരിക്കുന്നതുതന്നെ അപൂർവ്വം. വായന മാത്രം ആശയം.

വധൂവരന്മാരെ ഒന്നിച്ച് ഉറങ്ങാൻ പോലും അനുവദിക്കാത്ത കാലമുണ്ടായിരുന്നുവെന്ന് പറഞ്ഞാൽ നിങ്ങൾ വിശ്വസിച്ചെന്നുവരില്ല. പക്ഷേ, എന്റെ സ്വന്തം വീട്ടിൽ അതായിരുന്നു അനുഭവം. എന്റെ അമ്മ ഒന്നും അനുവദിച്ചില്ല. എന്തായിരിക്കും അതിന് കാരണം? എനിക്ക് ഇന്നും അറിയില്ല.

ബേബിച്ചേട്ടൻ എന്നെ കളിയാക്കും: "രാജി, ഇളയ മകളായതുകൊണ്ട്, ഒത്തിരി സ്നേഹം എല്ലാവർക്കും ഉണ്ട്. തന്നെ വേദനിപ്പിച്ചാൽ അത് എന്നെയും ബാധിക്കുമെന്ന് അമ്മയ്ക്ക് അറിയാം. എന്റെ അമ്മ ചെയ്ത കുറ്റത്തിന്റെ ഫലം പല വിധത്തിൽ ഞാൻ അനുഭവിക്കുന്നു. അത്രേയുള്ളു. ഇന്നൊരു ദിവസം കൂടി കഴിഞ്ഞാൽ നാളെ മുതൽ താൻ എന്റെ വീട്ടിലല്ലേ? പിന്നെന്തിന് വിഷമിക്കുന്നു. ഇവിടുള്ളവരെപോലെയല്ല എന്റെ വീട്ടുകാർ, പേടിക്കേണ്ട."

ബേബിച്ചേട്ടന്റെ ആശ്വാസ വചനങ്ങൾ എനിക്ക് ഉൾക്കൊള്ളാനായില്ല. വീട്ടിൽനിന്ന് സ്നേഹവും, വാത്സല്യവും ലഭിച്ചിരുന്നെങ്കിൽ ഒരുപക്ഷേ, ഞാൻ ബേബിച്ചേട്ടനെ പ്രേമിക്കില്ലായിരുന്നു. ഒരു സാന്ത്വനമായെത്തിയത് ബേബിച്ചേട്ടൻ മാത്രം.

ഞങ്ങളുടെ പ്രണയം ശാരീരികമായിരുന്നില്ല. അതിലുപരി ദൈവികമായിരുന്നു. അരുതാത്ത ഒരു വാക്കോ, പ്രവൃത്തിയോ ഒരിക്കലും ബേബിച്ചേട്ടനിൽ നിന്നുണ്ടായിട്ടില്ല. ബി.എഡ്. കോളേജിലെ ചില പരിപാടികൾ കഴിയുമ്പോൾ രാത്രിയാവും. ഞാൻ തനിയെ പൊയ്ക്കൊള്ളാമെന്ന് പറഞ്ഞാൽ സമ്മതിക്കില്ല. വളരെ സുരക്ഷിതമായി എന്നെ വീട്ടിലെത്തിച്ചേ ബേബിച്ചേട്ടൻ മടങ്ങുമായിരുന്നുള്ളു.

അങ്ങനെ ബേബിച്ചേട്ടന്റെ വീട്ടിലെത്തി. രാവിലെ അമ്പലത്തിൽ പോയി തൊഴണമെന്ന് അമ്മ ആവശ്യപ്പെട്ടു. വന്നപാടെ അമ്പലത്തിലേക്ക് പോയി. ഉള്ളിൽ ഏറെ ഭയപ്പാടോടെയാണ് ഞാൻ ഓരോന്നും

ചെയ്തിരുന്നത്. എന്നാൽ, അമ്മയ്ക്ക് വളരെ സ്നേഹമായിരുന്നു. എനിക്കത് വിശ്വസിക്കാൻ പ്രയാസമായി. ഈ മാറ്റം ശാശ്വതമാവുമോ എന്നായിരുന്നു ശങ്ക.

ബേബിച്ചേട്ടന്റെ പ്രിയപ്പെട്ട സുഹൃത്താണ് മനോഹരൻ മാസ്റ്റർ. അതുകൊണ്ട് വൈകിട്ട് മാസ്റ്ററുടെ വീട്ടിൽ പോയി. തിരിച്ചെത്തി കുറെ കഴിഞ്ഞപ്പോൾ എനിക്ക് പിരീഡ്സ് ആയി. ഞാൻ വീണ്ടും വിഷമത്തിലായി. ഇവിടെ എന്താണാവോ ആചാരങ്ങൾ? അഞ്ചുദിവസം മാറിയിരിക്കണോ? ആരോടാണ് ചോദിക്കുക?

ഇതറിഞ്ഞ് ബേബിച്ചേട്ടൻ പറഞ്ഞു: “രാജീ, ഇവിടെ അങ്ങനെ ആചാരങ്ങളൊന്നുമില്ല. താൻ ദാ ഈ കട്ടിലിൽ വന്നു കിടക്കൂ.”

“അയ്യോ! അതു വേണ്ട.” ഞാൻ അടുത്ത മുറിയിൽ നിലത്തു കിടക്കാൻ തന്നെ തീരുമാനിച്ചു. ഔട്ട് ഹൗസിൽ ഞങ്ങളല്ലാതെ മറ്റാരും ഉണ്ടായിരുന്നില്ല.

ആകാശത്തിലെ നക്ഷത്രങ്ങളെ നോക്കിയും, പൂത്തുലഞ്ഞു നിൽക്കുന്ന ചെത്തിക്കുലകൾ നോക്കിയും, ബേബിച്ചേട്ടൻ രസകരമായി കവിതകൾ ചൊല്ലി. രാവേറെയായതു ഞങ്ങൾ അറിഞ്ഞില്ല.

ഒടുവിൽ രണ്ടു മുറികളിലായി കിടന്നുറങ്ങി. രാവിലെ ഞാൻ ഉണർന്ന്, കുളിച്ച് അടുക്കളയിലെത്തി. ആരോ തയ്യാറാക്കിയ ചായ പകർന്ന്, ബേബിച്ചേട്ടനെ വിളിച്ചുണർത്തി കൊടുത്തു.

“പല്ല് തേക്കാതെയുള്ള ചായകുടി...അയ്യേ!” ഞാൻ കളിയാക്കി.

“രാജി, ആ ചായയ്ക്ക് രുചികൂടും, തനിക്ക് അത് അറിയില്ലേ? മൂന്നാറുകാരി. അതേ, പാണ്ടിയല്ലേ? അതാ കുഴപ്പം.”

“ശരി, ഞാൻ യോഗ ചെയ്യട്ടെ” ബേബിച്ചേട്ടൻ പറഞ്ഞു.

ഞാൻ അടുക്കളയിലേക്ക് മടങ്ങി.

പെട്ടെന്ന് അച്ഛൻ പരിഭ്രമത്തോടെ വിളിക്കുന്നതു കേട്ട് ഞങ്ങൾ അടുക്കളയിൽനിന്ന് ഓടിയെത്തിയപ്പോൾ കണ്ട കാഴ്ച!

ബേബിച്ചേട്ടൻ നെഞ്ച് അമർത്തിപ്പിടിച്ചുകൊണ്ട് വാഷ് ബെയിസിനിലേക്ക് ഛർദ്ദിക്കുന്നു. കട്ടച്ചോര. രണ്ടു തവണ അത് ആവർത്തിച്ചു.

“ദൈവമേ, എന്തുപറ്റി എന്റെ ബേബിക്കുട്ടന്,” അമ്മയുടെ ഉറക്കെയുള്ള കരച്ചിൽ. അച്ഛനും കരയുന്നു. എല്ലാവരും ഓടിയെത്തി വളരെ വേഗം കാർ വിളിച്ചു.

പെട്ടെന്ന് ചുള്ളിക്കൽ ഗൗതം ഹോസ്പിറ്റലിൽ അത്യാഹിത വിഭാഗത്തിൽ പ്രവേശിപ്പിച്ചു. ആകാംക്ഷയുടെ നിമിഷങ്ങൾ.

24 മണിക്കൂറുകൾ പിന്നിടാതെ ഒന്നും പറയാനാവില്ലെന്ന് ഡോക്ടർ. നില അത്യന്തം ഗുരുതരം.

വാർത്ത കാട്ടു തീ പോലെ പരന്നു. ആശുപത്രി നിറയെ ബന്ധുക്കളും, സുഹൃത്തുക്കളും. അതിനിടയിൽ എന്നെ ആരും ഗൗനിച്ചതേയില്ല. ഇന്നലെ വന്നുകയറിയ ഞാൻ അവിടെ ആരുമല്ലാതായിത്തീരുകയായിരുന്നു. ദൈവങ്ങളായ ദൈവങ്ങളെയൊക്കെ വിളിച്ച്, ഞാൻ വരാന്തയിൽ ഒരിടത്തിരുന്നു. എന്നെ തള്ളിമാറ്റി പലരും കടന്നുപോയി. എന്റെ അന്വേഷണങ്ങൾക്ക് ആരും ഉത്തരം നൽകിയില്ല.

എല്ലാവരും അച്ഛനേയും അമ്മയേയും ജ്യേഷ്ഠനേയും ആശ്വസിപ്പിക്കുന്നു. അമ്മയുടെ തേങ്ങൽ മാത്രം ഉയർന്ന് കേൾക്കാമായിരുന്നു.

“പുതുപ്പെണ്ണ് ഭർത്തൃഗൃഹത്തിൽ കാൽവെച്ചതേയുള്ളു. ദുഃശ്ശകുനം” ഇതിൽപ്പരം മറ്റെന്താണു ഞാൻ കേൾക്കേണ്ടത്? അതുപറഞ്ഞ അയൽവാസിയെ ഞാൻ കുറ്റം പറയില്ല. സത്യമാണ് അവർ പറഞ്ഞത്. എനിക്ക് ഭാഗ്യമുണ്ടായിരുന്നെങ്കിൽ ഇങ്ങനെ സംഭവിക്കില്ലായിരുന്നു.

ചിലർ ഭാഗ്യവാന്മാരായി ജനിക്കുന്നു. മറ്റു ചിലരെ ഭാഗ്യം ആശ്ലേഷിക്കുന്നു. ചിലരെ ഭാഗ്യം എന്നന്നേക്കുമായി കൈവെടിയുന്നു. ഞാൻ ഏതു വിഭാഗത്തിലാണെന്ന് ബോധ്യമായി. ഒന്ന് ഉറക്കെ കരയാൻ പോലുമാകാതെ വിറങ്ങലിച്ചുനിന്നു. പ്രണയകാലത്തുകേട്ട ശാപവചനങ്ങൾ മനസ്സിലൂടെ മിന്നിമാഞ്ഞു.

“നീ ഞങ്ങൾ പറയുന്നതു കേൾക്കാതെ കല്യാണം കഴിക്ക്. ദൈവശിക്ഷ ഉറപ്പായും കിട്ടും. കാത്തിരുന്നോ.”

“നീ പോയി തൂങ്ങിച്ചാവ്, തീവണ്ടിക്ക് മുന്നിൽ തലവെയ്ക്ക്. കുറച്ചുനാൾ ഞങ്ങൾ നിന്നെയോർത്ത് വിഷമിക്കും. പിന്നെ എല്ലാവരും എല്ലാം മറക്കും.”

“കല്യാണം കഴിച്ച് നിനക്കൊരു പെൺകുഞ്ഞ് പിറക്കും. അവളും ഇതുപോലെ പ്രണയത്തിലാവുമ്പോൾ ഞങ്ങൾ അനുഭവിക്കുന്ന വിഷമം നിനക്കു മനസ്സിലാവും...” അങ്ങനെയെത്രയെത്ര ശാപങ്ങൾ തലയ്ക്ക് മുകളിൽ മൂളുന്നു.

ബേബിച്ചേട്ടൻ കണ്ണ് തുറന്നിട്ടില്ല. വസ്ത്രം മാറ്റാനാവാതെ, ഭക്ഷണം കഴിക്കാനാവാതെ, രാത്രിയും പകലും ഞാൻ കാത്തിരുന്നു. ആരോ ഭിക്ഷയായി നൽകിയ വെള്ളം, കഞ്ഞിവെള്ളം, ദാഹശമനിയായി. സത്യത്തിൽ വിശപ്പും ദാഹവുമൊന്നും എന്നെ അപ്പോൾ അലട്ടിയിരുന്നില്ല.

ഒടുവിൽ കാത്തിരിപ്പിന് വിരാമമായി. ബേബിച്ചേട്ടൻ കണ്ണ് തുറന്നതായും, അപകടനില തരണം ചെയ്തതായും ഡോക്ടർ അറിയിച്ചു. തുടർന്ന് “മനോവേദനയുണ്ടാകുന്ന യാതൊരു സംസാരവും ആരുടെ ഭാഗത്തുനിന്നും സുഭാഷ് കേൾക്കാൻ ഇടയാവരുത്” എന്ന താക്കീതും.

“രാജി, എവിടെ? സുഭാഷ് കാണണമെന്ന് പറഞ്ഞു.”

അമ്മയും, അച്ഛനും, പുറത്തു കാത്തിരിക്കുമ്പോൾ, എന്നെ കാണണമെന്ന് ബേബിച്ചേട്ടൻ ആവശ്യപ്പെടുന്നതായി ഡോക്ടർ അറിയിച്ചു.

എന്തു ചെയ്യും? കയറി കാണാൻ ഡോക്ടർ അനുവദിച്ചു. ഞാൻ കയറിയ ഉടൻ, ഡോക്ടർ അടുത്തു വിളിച്ചു കാരുണ്യത്തോടെ പറഞ്ഞു.

"രാജി, വെർജിൻ ആണെന്ന് സുഭാഷ് പറഞ്ഞു. എല്ലാ കാര്യങ്ങളും എനിക്കറിയാം. വിഷമിക്കേണ്ട. സുഭാഷിന് ധൈര്യം കൊടുക്കണം. കുട്ടിയാതൊരു കാരണവശാലും തളരരുത്. കുട്ടിയെ ഓർത്തു മാത്രമാണ് സുഭാഷ് വേദനിക്കുന്നത്. അതുകൊണ്ട് കൂടുതൽ സംസാരിപ്പിക്കാതെ, അങ്ങോട്ട് സംസാരിച്ചിട്ട് പുറത്തേയ്ക്ക് വരുക."

"ശരി, ഡോക്ടർ". ഞാൻ അകത്തു കടന്നു. എന്താ ഈ വെർജിൻ? ആ വാക്കിന്റെ അർത്ഥം പോലും എനിക്ക് ഓർമ്മ വന്നില്ല.

കരളലിയിപ്പിക്കുന്ന കാഴ്ചയായിരുന്നു അത്. ശരീരമാകെ ഉപകരണങ്ങളുമായി ബന്ധിച്ചിരിക്കുന്നു. ദയനീയമായി ബേബിച്ചേട്ടൻ എന്നെ നോക്കി. ആ കണ്ണുകൾ നിറഞ്ഞു തുളുമ്പി.

"ഇതെന്താ, ബേബിചേട്ടാ, കരയുന്നോ? മോശം. എല്ലാം സുഖമായില്ലേ? സമാധാനമായിരിക്കൂ. പേടിക്കേണ്ടെന്ന് ഡോക്ടർ പറഞ്ഞു. ദൈവം കൂടെയുണ്ട്. കണ്ണടച്ച് നന്നായി ഉറങ്ങികൊള്ളൂ."

"എന്നെ വിട്ട് രാജി പോകരുത്."

"ഇല്ല, പോകില്ല" ഒരു വിധം പറഞ്ഞൊപ്പിച്ച് ഏങ്ങലടക്കി, ഞാൻ പുറത്തിറങ്ങി. പിന്നെ അച്ഛനും, അമ്മയും കയറി. തീവ്ര പരിചരണ വിഭാഗത്തിന്റെ മുന്നിലുള്ള വരാന്തയിൽ ഇരുന്ന് നേരം വെളുപ്പിച്ചു. അങ്ങനെ രണ്ട് ദിവസം കടന്നുപോയി.

മൂന്നാമത്തെ ദിവസമായി. വീട്ടിലെത്തി, മുഷിഞ്ഞ വസ്ത്രങ്ങളൊക്കെ മാറ്റണം. പക്ഷേ, പുതിയ വീട്ടിലെ അന്തരീക്ഷവുമായി ഇണങ്ങിച്ചേരാൻ എനിക്കു അവസരം കിട്ടിയില്ല.

തനിയെ വീട്ടിലെത്തിയ ഞാൻ വീടിന്റെ പുറകിലുള്ള കുളിമുറിയിലെത്തി. കുളി കഴിഞ്ഞു നടന്നുവരുമ്പോൾ ഉമ്മറത്ത് കാരണവന്മാരുടെ സംഭാഷണം നടക്കുന്നു. ഞാൻ വന്നത് അവർ അറിഞ്ഞിട്ടില്ലായിരുന്നു. ബേബിച്ചേട്ടന്റെ അയൽവാസിയായ പ്രായം ചെന്ന കാരണവർ പറഞ്ഞു:

"ബേബിക്കുട്ടൻ ആശുപത്രിയിൽനിന്ന് ഡിസ്ചാർജ് ചെയ്യുമ്പോൾ, രാജത്തിനെ അവളുടെ വീട്ടിലേക്ക് പറഞ്ഞുവിടണം. ഇനി ഇവിടെ നിറുത്തുന്നതിനോട് എനിക്കു യോജിപ്പില്ല. അവൾ പോകട്ടെ. അതാ നല്ലത്. ഇവിടെ വന്ന അന്ന് രാത്രി ശരീരത്തിന് കൂടുതൽ ആയാസം സംഭവിച്ചു. അതാണ് ഇങ്ങനെ ഉണ്ടായത്. ഇനി അത് ആവർത്തിക്കരുത്. നമുക്ക് നമ്മുടെ ബേബിക്കുട്ടനാണ് വലുത്. അവന് ആപത്തുണ്ടാവാൻ പാടില്ല.

അവനെ നമുക്ക് കാര്യങ്ങൾ പറഞ്ഞു മനസ്സിലാക്കാം. എന്തു പറയുന്നു?" ആരും അതിന് ഉത്തരം പറഞ്ഞില്ല. മൗനം സമ്മതമാണെന്ന് അവർ തീരുമാനിച്ചു.

ഈ സംഭാഷണം മുഴുവൻ ഞാൻ കേൾക്കുകയായിരുന്നു. തേങ്ങലടക്കി, നിശ്ചലമായി കുറേ നേരം അവിടെ നിന്നു. രോഗകാരണമെന്തെന്ന് അവർ വ്യാഖ്യാനിക്കുന്നു. പരിഹാരം കണ്ടെത്തുന്നു! ഞാൻ എന്നെത്തന്നെ നിയന്ത്രിക്കാൻ പാടുപെടുകയായിരുന്നു.

ഇവരെല്ലാം ചേർന്ന് എന്നെ തള്ളിപ്പറഞ്ഞിരിക്കുന്നു. ഇവിടന്ന് ഇറക്കിവിട്ടേക്കും. എനിക്ക് സ്വന്തം വീട്ടിലും ആശ്രയമില്ല. അവർ പ്രവചിച്ചതു തന്നെ സംഭവിച്ചു.

എന്തിനും, ഏതിനും സമാധാനം നൽകുന്ന ഗുരുവാകട്ടെ വിദേശത്തും. ഒടുവിൽ സ്വയം ഒരു തീരുമാനത്തിലെത്തി.

ബേബിച്ചേട്ടനെ ആശുപത്രിയിൽനിന്ന് ഡിസ്ചാർജ് ചെയ്തു വീട്ടിൽ കൊണ്ടുവന്നാക്കിയിട്ട്, എവിടെയെങ്കിലും പോയി ആത്മഹത്യ ചെയ്യാം. മറ്റു വഴികളൊന്നും മുന്നിലില്ല.

ഞാൻ കാരണം ബേബിച്ചേട്ടന് ആപത്തുണ്ടാവരുത്. നേരെ മെഡിക്കൽ സ്റ്റോറിലെത്തി. എന്റെ മനോരോഗിയായ ജ്യേഷ്ഠന് ഉറങ്ങാൻ നൽകുന്ന മരുന്നിന്റെ കുറിപ്പടി എന്റെ കൈവശമുണ്ടായിരുന്നു. ഞാനാണ് പലപ്പോഴും മരുന്ന് വാങ്ങി കൊടുത്തിരുന്നത്. ആ കുറിപ്പടി കൊടുത്ത് ഞാൻ കുറെ ഉറക്കഗുളികകൾ വാങ്ങി. ആരും കാണാതെ എന്റെ തോൾസഞ്ചിയുടെ ഉള്ളറയിൽ ഒളിപ്പിച്ചുവെച്ചു. അപ്പോൾ മനസ്സിന് ഒരു ആശ്വാസം തോന്നി. മരണം. അതിൽ അഭയം തേടാനാവും, ഈശ്വരനിശ്ചയമെന്ന് മനസ്സിലുറപ്പിച്ച് ആശുപത്രിയിലെത്തി വീണ്ടും.

രണ്ട് ദിവസം കഴിഞ്ഞപ്പോൾ ബേബിച്ചേട്ടനെ തീവ്രപരിചരണ വിഭാഗത്തിൽനിന്ന് മുറിയിലേക്കു മാറ്റി.

അങ്ങകലെ ഇലകൾ കൊഴിഞ്ഞ ഒരു വൻമരം. അതിൽ കൂട്ടുകൂടിയ കിളികൾ. അതു നോക്കി ബേബിച്ചേട്ടൻ പറഞ്ഞു:

"രാജീ, ഞാൻ ആ മരമാണ്. ഇല കൊഴിഞ്ഞ മരം. പ്രതീക്ഷകൾ എല്ലാം അസ്തമിച്ചു. അതിൽ എന്തെല്ലാം സ്വപ്നത്തോടെയാണ് നാം കൂട് കൂട്ടിയത്? എല്ലാം തകർന്നു. മാപ്പ്. ഞാൻ രാജിയോട്, തന്റെ കുടുംബത്തോട്, വലിയ തെറ്റാണ് ചെയ്തത്. ഞാൻ ഹൃദ്രോഗിയാണെന്ന് അറിഞ്ഞിരുന്നെങ്കിൽ ഒരിക്കലും വിവാഹമെന്ന സ്വപ്നം മനസ്സിൽ ഉണ്ടാവുമായിരുന്നില്ല. എന്റെ അച്ഛൻ എന്നോട് ആ സത്യം മറച്ചുവച്ചു. ഇപ്പോൾ എനിക്ക് ഏറെ കുറ്റബോധം തോന്നുന്നു. ഞാൻ നിർബന്ധിച്ച് തന്നെ എന്റെ ജീവിതത്തിലേക്ക് കൊണ്ടുവരരുതായിരുന്നു. എന്നോട് ക്ഷമിക്കൂ.

എന്നെ വിട്ടുപോവുമോ? എനിക്ക് മാപ്പ് തരുമോ?"

"അങ്ങനെ നിരാശപ്പെടരുത്. മാപ്പ് ചോദിക്കയുമരുത്. ഇനിയും വൃക്ഷം തളിർക്കും, പൂക്കും, കായ്ക്കും. കാലം അങ്ങനെയല്ലേ ബേബിച്ചേട്ടാ? ധൈര്യമായിരിക്കണം. രണ്ടു ദിവസം കഴിയുമ്പോൾ ആ മരത്തിൽ തളിരില വരും. പ്രതീക്ഷയല്ലേ വലുത്. വേദാന്തം പറയുന്ന ആളാണോ, ഇങ്ങനെ കുട്ടികളെപോലെ സംസാരിക്കുന്നത്?" ബേബിച്ചേട്ടൻ പുഞ്ചിരിക്കാൻ ശ്രമിച്ചു. കണ്ണുകൾ നിറഞ്ഞു തുളുമ്പി.

രണ്ടു ദിവസങ്ങൾക്കുശേഷം ഒരു സന്ദർശകനെത്തി. എവിടെയോ കണ്ടു മറന്ന മുഖം. ബേബിച്ചേട്ടനോട് എന്തോ ഒരു കാര്യം വ്യക്തിപരമായി സംസാരിക്കാനുണ്ടെന്ന് അയാൾ പറഞ്ഞു.

ഞാൻ പുറത്തിറങ്ങി നിന്നു. കുറച്ചു കഴിഞ്ഞപ്പോൾ പ്രസന്നവദനനായി അയാൾ ഇറങ്ങിപ്പോയി.

ഞാൻ ആകാംക്ഷയോടെ ബേബിച്ചേട്ടന്റെ അടുത്തെത്തി ചോദിച്ചു, "ആരാണ് അയാൾ."

"അതെന്റെ സുഹൃത്ത്..."

"ഓ... എന്താ ഒരു രഹസ്യം പറച്ചിൽ?"

"ഏയ്... ഒന്നുമില്ല. അതിരിക്കട്ടെ, താനിങ്ങ് അടുത്തുവരൂ!"

ഞാൻ അടുത്തുചെന്നു.

"ആ ബാഗ് ഇങ്ങോട്ടു താ" ബേബിച്ചേട്ടൻ ആവശ്യപ്പെട്ടു. ഞാൻ കൊടുത്തില്ല. ഉറങ്ങുമ്പോഴല്ലാതെ ബാഗ് ഞാൻ തോളിൽനിന്ന് മാറ്റിയിരുന്നില്ല.

പെട്ടെന്ന് ബേബിച്ചേട്ടൻ എഴുന്നേറ്റുപോയി മുറിയുടെ വാതിൽ അടച്ചു കുറ്റിയിട്ടു. പരുഷമായ ശബ്ദത്തിൽ ബാഗ് ആവശ്യപ്പെട്ടു. ബലമായി തോളിൽനിന്ന് ബാഗ് പിടിച്ചുവാങ്ങി തുറന്നു ഓരോ അറകളും പരിശോധിച്ചു. ഒടുവിൽ ഞാൻ ഭദ്രമായി സൂക്ഷിച്ചിരുന്ന മരുന്ന് കണ്ടെത്തി.

"രാജീ... എന്തായിത്? എന്താണ് തന്റെ ഉദ്ദേശ്യം?"

"ഇത് എന്റെ ചേട്ടന്റെ ഉറക്കമരുന്ന്."

"ഇതെന്തിന് താൻ വാങ്ങുന്നു? അതു വാങ്ങിക്കൊടുക്കാൻ വീട്ടിൽ ആളുകളുണ്ടല്ലോ?"

ഞാൻ ഒന്നും മിണ്ടിയില്ല. കള്ളി വെളിച്ചത്തായെന്ന് ബോധ്യമായി. "ആത്മഹത്യ ചെയ്യാൻ അല്ലേ?"

കൈപ്പത്തി എന്റെ നേരെ നീട്ടിക്കൊണ്ട് ബേബിച്ചേട്ടൻ പറഞ്ഞു: "സത്യം ചെയ്യണം, എന്റെ കൈയിൽ അടിച്ച് ഇപ്പോൾ സത്യം ചെയ്യണം ആത്മഹത്യ ചെയ്യില്ലെന്ന്."

ആ ആജ്ഞയ്ക്ക് കീഴടങ്ങി ഞാൻ കൈയിൽ അടിച്ചു സത്യം

ചെയ്തു. അങ്ങനെ, ആത്മഹത്യാ സ്വാതന്ത്ര്യം കൂടി എനിക്കില്ലാതായി.

“അവനെന്റെ സുഹൃത്ത്. മെഡിക്കൽ ഷോപ്പിൽനിന്ന് താൻ മരുന്ന് വാങ്ങിയപ്പോഴേ, അവന് സംശയം തോന്നി. അത് എന്നെ അറിയിക്കാൻ വന്നതാണ്.”

“രാജീ, എന്തിനായിരുന്നു ഇങ്ങനെ ഒരു തീരുമാനത്തിലെത്തിയത്?” ഞാൻ ഉത്തരമൊന്നും പറഞ്ഞില്ല.

അതിന്റെ ഉത്തരം എന്നെക്കാൾ നന്നായി ബേബിച്ചേട്ടന് അറിയാമെന്ന് എനിക്ക് ഊഹിക്കാമായിരുന്നു. എന്റെ മുന്നിൽവച്ച് ഉറക്കഗുളികകൾ ബേബിച്ചേട്ടൻ നശിപ്പിച്ചു. ചില സന്ദർഭങ്ങളിൽ മനുഷ്യൻ എത്രമാത്രം നിസ്സഹായനാണെന്ന് ഓർമ്മപ്പെടുത്തുന്ന ഒരനുഭവമായിരുന്നു അത്.

മധുവിധുവിന്റെ മധുരസ്മരണകൾ ആശുപത്രിയിലെ രോദനങ്ങൾക്കിടയിൽ, ആംബുലൻസുകളുടെ മുഴക്കങ്ങൾക്കിടയിൽ, തകർന്നുടഞ്ഞു.

ബേബിച്ചേട്ടനെ സന്തോഷിപ്പിക്കാൻ, ദുഃഖങ്ങൾ മനസ്സിലൊതുക്കി, ഞാൻ അഭിനയിക്കാൻ പഠിച്ചു. ഇടയ്ക്ക് വീട്ടിൽ പോകും. എത്രയും വേഗം തിരിച്ചെത്തും. കൈയിൽ വായിച്ചു കേൾപ്പിക്കാൻ പുസ്തകങ്ങൾ കരുതും.

ഒടുവിൽ ആശുപത്രിവാസം അവസാനിച്ച് വീട്ടിലെത്തി. രണ്ട് മാസം നല്ല ശ്രദ്ധ വേണം. അതു കഴിഞ്ഞാൽ സാധാരണ ജീവിതത്തിലേക്കു മടങ്ങിവരാം. ജോലിക്ക് പോകാം. ഡോക്ടർ നിർദ്ദേശിച്ചു.

അങ്ങനെ വീണ്ടും ജീവിതം മെല്ലെ പിച്ചവെച്ചു തുടങ്ങി.

പക്ഷേ, എന്നെ സംബന്ധിച്ചിടത്തോളം ദാമ്പത്യമെന്ന പദത്തിന്റെ പ്രസക്തി നഷ്ടപ്പെട്ടിരുന്നു.

കന്യകയായിരുന്നിട്ടും, ഇല്ലാത്ത കുറ്റം സമൂഹം എന്റെ മേൽ അടിച്ചേൽപ്പിച്ചിരിക്കുന്നു.

അമിതസംഭോഗമാണത്രേ ഹൃദ്രോഗം വരുത്തിയത്!

ബേബിച്ചേട്ടൻ അത് ചിരിച്ചു തള്ളി. എന്റെ ജീവിതത്തിലേക്ക് എത്തിനോക്കി, വിമർശിക്കാൻ ഇവർക്ക് എന്ത് അധികാരം എന്നൊക്കെ ചോദിക്കും.

എന്നാൽ, എന്റെ അവസ്ഥ മറ്റൊന്നായിരുന്നു. എന്തെന്നില്ലാത്ത ഭയം എന്നെ കീഴ്പ്പെടുത്തിയിരുന്നു.

ബേബിച്ചേട്ടനുമായി ബന്ധപ്പെട്ടാൽ മരണം ഉറപ്പായും സംഭവിച്ചേക്കുമെന്ന ഭയം. അതിനാൽ ഞാൻ ബേബിച്ചേട്ടനോട് ഒരു ദിവസം പറഞ്ഞു:

“ബേബിച്ചേട്ടാ, വളരെ ഗൗരവമുള്ള ഒരു കാര്യമാണ് എനിക്കു പറയാനുള്ളത്. ദാമ്പത്യത്തെക്കുറിച്ചുള്ള പുസ്തകങ്ങൾ എനിക്ക് തന്ന

തെല്ലാം വായിച്ചു. പക്ഷേ, ഞാൻ അത് ഇഷ്ടപ്പെടുന്നില്ല. നമുക്ക് നല്ല സുഹൃത്തുക്കളായി കഴിയാം. സമ്മതമല്ലെങ്കിൽ, ഞാൻ എങ്ങോട്ടെങ്കിലും ഇറങ്ങിപ്പോവും." ബേബിച്ചേട്ടൻ ഒരക്ഷരം പോലും മറുപടി പറഞ്ഞില്ല.

"തനിക്ക് എന്തുപറ്റി? പോയിക്കിടന്ന് ഉറങ്ങ്. ഞാനീ ബുക്ക് വായിച്ചു തീർക്കട്ടെ!" ഗൗരവത്തോടെ പറഞ്ഞുതീർത്തു. ദിവസങ്ങൾ കടന്നുപോയി.

എന്നെ പല വിധത്തിലും അനുനയിപ്പിക്കാൻ ശ്രമിച്ചു. ഞാൻ എന്റെ തീരുമാനത്തിൽ ഉറച്ചുനിന്നു. ബലം പ്രയോഗിച്ച് എന്നെ കീഴ്പ്പെടുത്താൻ ശ്രമിച്ചാൽ ആത്മഹത്യചെയ്യും. ബേബിച്ചേട്ടനോട് ചെയ്ത സത്യം തെറ്റിക്കുമെന്ന് ഭീഷണിപ്പെടുത്തി. കൈകൂപ്പി യാചിച്ചു. "എന്നെ വെറുതെ വിടൂ."

അത് ഫലിച്ചു. പിന്നെ ബേബിച്ചേട്ടൻ കാമത്തോടെ എന്നെ സമീപിച്ചില്ല. എന്നെ എന്റെ ഇഷ്ടത്തിനു വിട്ടു. എന്നാൽ, ഈ കാര്യങ്ങളെല്ലാം ഗുരുവിനെ അറിയിക്കുന്നുണ്ടായിരുന്നു.

'ജീവിതത്തിലെ വസന്താരാമം' എന്ന പുസ്തകത്തിൽ ബേബിച്ചേട്ടന് ഗുരു എഴുതിയ കത്തുകൾ പ്രസിദ്ധീകരിച്ചിട്ടുണ്ട്. അതിൽ ഒന്നിൽ ഇങ്ങനെ രേഖപ്പെടുത്തിയിരിക്കുന്നു:

എന്നെ ജനങ്ങൾ നല്ല സന്ന്യാസിയെന്നോ ചീത്ത സന്ന്യാസിയെന്നോ സന്മാർഗ്ഗിയെന്നോ ദുർമ്മാർഗിയെന്നോ, വിധിയെഴുതുന്നതിൽ എനിക്ക് ഒട്ടും വിരോധമില്ല. എന്നാൽ, അകത്തും പുറത്തും രണ്ടു ജീവിതം നയിക്കുന്നു എന്ന് എന്റെ മനഃസാക്ഷി തന്നെ കുറ്റപ്പെടുത്തുന്ന ഒരു ദിവസം പോലും ഉണ്ടാകരുതേ, എന്നാണ് എന്റെ പ്രാർത്ഥന.

ഈ ലോകത്തിൽ ഏറ്റവും വൈകാരികമായ ക്ഷോഭവും, വിവശതയും ലജ്ജയും ആനന്ദവും നർമ്മബോധവും ഉണ്ടാക്കുന്ന വിഷയമാണ് സെക്സ്. അതിന്റെ നേരെ കണ്ണടയ്ക്കുന്നവർ, കണ്ണടച്ചുകൊണ്ട് പാലു കുടിക്കുന്ന പൂച്ചയെക്കാളും ആത്മവഞ്ചന ചെയ്യുന്നവരാണ്.

ഞാൻ കണ്ടിട്ടുള്ള എല്ലാ പുരുഷന്മാർക്കും ഈ ലോകത്തിൽ ഏറ്റവും താല്പര്യമുള്ള വിഷയം 90 ശതമാനം സ്ത്രീ തന്നെയാണ്. അതുപോലെ സ്ത്രീകളിൽ 99 ശതമാനവും പുരുഷൻ എന്നു പറഞ്ഞാൽ ശ്രദ്ധിക്കുന്നവരുമാണ്. ശാസ്ത്രത്തിലും രാഷ്ട്രതന്ത്രത്തിലും വളരെ ഉള്ളഴിഞ്ഞ ശ്രദ്ധയുള്ളവർക്കും സെക്സ് ഒരു രണ്ടാം താൽപര്യം (secondary interest) എങ്കിലുമാണ്.

ഒരിക്കൽ നടരാജഗുരുവിനോടു ഞാൻ ചോദിച്ചു, "അങ്ങ് എന്താണ് എപ്പോഴും സ്ത്രീകളെപ്പറ്റി സംസാരിക്കുന്നത്?" എന്ന്. അദ്ദേഹം ഒരു കൂസലുമില്ലാതെ പറഞ്ഞത്, ഒരു പുരുഷനു ബ്രഹ്മത്ത്വം കഴിഞ്ഞാൽ

പിന്നെ ഏറ്റവും പ്രിയങ്കരമായിരിക്കുന്നതും, ആയിരിക്കേണ്ടതും, സ്ത്രീ തന്നെയാണ് എന്നാണ്. അതുപോലെ തന്നെ സ്ത്രീകൾ തിരിച്ചും. Sex is the hub around which the world revolves എന്ന് ഫ്രോയിഡ് പറഞ്ഞതും, sex is the natural device for socio-economic contract എന്ന് മാർക്സ് പറഞ്ഞതും, ശരിയാണെന്ന് ഞാൻ വിശ്വസിക്കുന്നു. I am not ashamed of my sex, but Iam proud of it എന്ന് ഓസ്കാർ വൈൽഡ് പറയുന്നതിനെ നടരാജഗുരു അംഗീകരിക്കുന്നത് എനിക്കും സ്വീകാര്യമാണ്. എന്നാൽ, ഈ ആശയത്തിന് ഒരു വിശദീകരണം വേണം.

അതിശയോക്തികലർത്തി, ബ്രഹ്മചര്യഭംഗമെന്നും, പാപിഷ്ഠമായ ദുർമാർഗ്ഗമെന്നും പഴമക്കാർ വളരെ ഒച്ചയടക്കി, മറയ്ക്കുപുറത്തുകൊണ്ടുപോയി കല്ലെറിഞ്ഞും, കഴുത്തുവെട്ടിയും, ഭ്രഷ്ട് കല്പിച്ചും കൈകാര്യം ചെയ്യുന്ന സെക്സ് ഒരു വശത്ത്. വെറും ഈച്ച പറക്കുന്ന അമേരിക്കൻ മോഡലിലുള്ള വ്യഭിചാരം മറുവശത്ത്. ഇതു രണ്ടുമല്ലാതെ സംസ്കാര സമ്പന്നന്മാരായ ഉൽകൃഷ്ട ജീവികൾക്ക് സ്വീകാര്യമായ മൂന്നാമത് ഒരു രംഗം കൂടിയുണ്ട്. ഉണ്ടായേ മതിയാവൂ. ബ്രഹ്മചര്യഭംഗം വന്നു പോകുമെന്നു പേടിച്ച് സ്വാമി വിവേകാനന്ദൻ തന്റെ തുടയിൽ തീവെച്ചു ശ്രദ്ധയെ വേറെ വഴിക്കു തിരിച്ചു എന്ന കഥകൾ എനിക്കു വളരെ പ്രാകൃതമായ ഒരു ചിന്താഗതിയായിട്ടാണ് തോന്നുന്നത്.

സ്ത്രീകളുടെ മുഖത്തു നോക്കരുത്, അവരുടെ ചിത്രത്തിൽ പോലും നോക്കരുത് എന്നുപദേശിക്കുന്ന ദിവ്യന്മാരോട് എനിക്ക് ഒട്ടും ബഹുമാനമില്ല. സ്ത്രീയും പുരുഷനും പരസ്പരം കാണുകയും സ്നേഹിക്കുകയും ബഹുമാനിക്കുകയും ആരാധിക്കുക തന്നെയും ചെയ്യണമെന്ന് എനിക്ക് തീവ്രമായ അഭിപ്രായമുണ്ട്. നാരായണഗുരു പറയുമായിരുന്നു സ്ത്രീയെ കണ്ടു പുരുഷനും, പുരുഷനെക്കണ്ടു സ്ത്രീയും ശ്രേഷ്ഠരായിത്തീരണമെന്ന്. ചില, നല്ലയാളുകൾ എന്നു പറയുന്നവർ ഉപദേശിക്കാറുണ്ട്. പ്രായമായ സ്ത്രീകളെയെല്ലാം അമ്മയായും, സമപ്രായക്കാരെ സഹോദരികളായും, കരുതണമെന്ന്. ഈ ഭാവനയൊന്നും വേണ്ട. അച്ഛനെന്നു വിചാരിക്കാതെ വേറൊരു പുരുഷനെ ആദരിക്കാമെങ്കിൽ, സ്നേഹിക്കാമെങ്കിൽ, അങ്ങനെയൊരു സ്നേഹത്തിനും, ആദരത്തിനും, ഓരോ സ്ത്രീയും അർഹയാണ്.

ഇടയ്ക്കൊന്ന് എഴുതിക്കൊള്ളട്ടെ. നന്ദഗോപാലന്റെ മകൾ അനുരഞ്ജിനി ഇപ്പോൾ ഒരു മിഠായി തന്നു. അതു വായിൽ കിടന്നു മധുരിക്കുന്നു. ചെറിയ മകൻ ജ്യോതി ഇഴഞ്ഞുവന്ന് എന്റെ മുട്ടിൽ പിടിച്ചു കയറാൻ ശ്രമിക്കുന്നു. ഇവരെയെല്ലാം സ്നേഹിക്കാൻ ഈ കുട്ടികൾ എന്റെ മക്കളാണെന്നോ, സഹോദരങ്ങളാണെന്നോ, ഒന്നും ഭാവിക്കേണ്ട. എന്റെ

പ്രിയ സ്നേഹിതന്റെ മക്കൾ എന്നു വിചാരിച്ചാലും സ്നേഹം കുറയുകയില്ല. അതുപോലെ തന്നെ നൂറുശതമാനവും ശ്രേഷ്ഠമായ മനോഗതിയോടു കൂടി എന്റെ സ്നേഹിതന്റെ ഭാര്യയെയോ, സഹോദരിയെയോ, അമ്മയെയോ, എനിക്കു സ്നേഹിക്കാനും ബഹുമാനിക്കാനും സാധിക്കും. അതിനു വലിയ സന്മാർഗ്ഗിക കസർത്തൊന്നും ആവശ്യമില്ല.

ഇത് എന്റെ മാത്രം പ്രത്യേകതയല്ല. ബേബിക്കുട്ടനും സ്വന്തം അനുഭവങ്ങൾ പരിശോധിച്ചാലറിയാം. നിഷ്കളങ്കമായ സ്നേഹവും, ബഹുമാനവും, എത്ര പേരോടു തോന്നിയിരിക്കും? ഇതെല്ലാം ശാസ്ത്രദൃഷ്ട്യാ പരിശോധിച്ചാൽ അതിന്റെ ശക്തികേന്ദ്രം സെക്സ് തന്നെയാണ്. പക്ഷേ, ആ വാക്ക് പവിത്രമല്ലെന്ന് കരുതരുത്. അതിനു പാവനതയും പരിശുദ്ധിയും, കവിതയും, കലയും നിറഞ്ഞ ഒരു ഹൃദയം കൂടിയുള്ളതാണ്.

ബെർഗ്സൺ ചിന്താമനോഹരമായ ഒരു നല്ല ഗ്രന്ഥം എഴുതിയിട്ടുണ്ട്. The Two sources of Religion and Morality എന്നാണ് അതിന്റെ പേര്. അതിൽ രണ്ടു തരത്തിലുള്ള സന്മാർഗ്ഗത്തെപ്പറ്റി പറയുന്നു. ഒന്ന് എപ്പോഴും, എവിടെയും, ആർക്കും, പരിശോധിച്ചു നോക്കാവുന്ന ജീവിതം. ഒരിക്കലും മറച്ചുവയ്ക്കാത്ത ഒരു സന്മാർഗ്ഗ നിയമാവലി. അതായത് ജീവിക്കുന്ന മനുഷ്യന് അവന്റെ ആത്മാർത്ഥമായ മനഃസാക്ഷിയോടുള്ള ഉത്തരവാദിത്തം. ഒരിക്കലും വിടാത്ത സന്മാർഗ്ഗം. മറ്റേത് രാഷ്ട്രത്തെ, മതത്തെ, സമുദായത്തെ, തെരുവ് സംസാരത്തെ, മാതാപിതാക്കന്മാരെ, എല്ലാം ഭയന്നു മറച്ചുവച്ചു ജീവിക്കുന്നവന്റെ സന്മാർഗ്ഗ ബോധം. ഇതിൽ രണ്ടാമത്തേത് ആട്ടിൻതോൽ ധരിച്ച ചെന്നായുടേതാണെന്ന് പറയേണ്ടതില്ലല്ലോ.

ഈ വിഷയം ഞാൻ വേണ്ടത്ര വ്യക്തമാക്കി. എന്റെ സ്നേഹത്തെ ഒരപമാനമായി കരുതാതെ, ഇങ്ങോട്ടും അത്രയും തീക്ഷ്ണമായിത്തന്നെ സ്നേഹിക്കുന്നത് ഒരു പുരുഷനാകട്ടെ, സ്ത്രീയാകട്ടേ, അവർക്കു ഞാനെന്റെ എല്ലാ ആരാധനയും സമർപ്പിക്കുന്നു. ഒരു കവിയും, സഹൃദയനുമായ, ബേബിക്കുട്ടന് ഇതറിയുകയില്ലേ? മനുഷ്യൻ അന്യോന്യം സ്നേഹിക്കുന്നത് ബൈബിളിലും ഗീതയിലും നിയമാവലികളിലും ഒന്നും നോക്കിയല്ല. ഒരു ഗാനത്തിൽ ഹൃദയം അലിഞ്ഞുചേരുന്നതുപോലെ, ഒരു സുകുമാരമായ ദൃശ്യം ആനന്ദം നൽകുന്നതുപോലെ, ഒരു ഹൃദയം വേറൊരു ഹൃദയത്തെ വശ്യമാക്കും. അതിൽ ആഹ്ലാദം തോന്നാത്ത ഹൃദയശൂന്യന്മാരുടെ കണ്ണിൽ നല്ലവനായിട്ട് എന്തുകാര്യം?

ഒരു സ്ത്രീയും, പുരുഷനും സ്നേഹിച്ചു, സമുദായത്തിന്റെ അംഗീകാരം കൂടാതെ, ഒരു കുട്ടിയുണ്ടായാൽ കൂടി ഞങ്ങൾ അതിൽ സന്തോഷിക്കുകയേ ഉള്ളൂ. കുട്ടിയുണ്ടാകുന്നതു പ്രകൃതിക്കിഷ്ടമാണെങ്കിൽ

ഞങ്ങൾ എന്തിന് അതിനെ കരിതേച്ചു കാണിക്കണം. പക്ഷേ, ഒരു കാര്യത്തിൽ വെറുപ്പും വിരോധവും ഉണ്ട്. അങ്ങനെ ഉണ്ടാകുന്ന കുട്ടിയെ നിർദ്ദയം വഴിയിലെറിഞ്ഞുകളയുന്നതിൽ! നാരായണഗുരുവിന് വളരെ പ്രിയനായിരുന്ന സുഗുണാനന്ദഗിരിക്ക് വർക്കല ശിവഗിരി മഠത്തിലെ ഒരു തൂപ്പുകാരിയിൽ ഒരു മകളുണ്ട്. ശിവകുമാരി എന്നാണ് പേര്. സന്ന്യാസിക്കു നാണമായി. അത് പുറത്തറിയുന്നതിൽ. എന്നാൽ ഞങ്ങൾക്കു നാണമില്ല. നടരാജഗുരുതന്നെ ശിവകുമാരിയെ ഗുരുകുലത്തിൽ വരുത്തി. പൊതുയോഗത്തിൽ കാണിച്ചുപറഞ്ഞു: "നാരായണഗുരുവിന്റെ ഒരു സന്ന്യാസി ശിഷ്യന്റെ മകളാണിവൾ. അദ്ദേഹം അവളെ അന്വേഷിച്ചിരുന്നില്ല. അദ്ദേഹം മരിച്ചു പോകുകയും ചെയ്തു. അതുകൊണ്ടു സ്വന്തം പുത്രിയായി അവളെക്കരുതി, വേണ്ട ആനുകൂല്യം നൽകുന്നതിന് തനിക്ക് അഭിമാനമേ ഉള്ളൂ."

മനുഷ്യന് മര്യാദ വേണം. അതു സമ്മതിച്ചു. എന്നാൽ, ഒളിഞ്ഞും മറഞ്ഞും ജീവിച്ചുള്ള മര്യാദയല്ല, ധീരമായി തുറന്നു ജീവിക്കുന്ന മര്യാദ തന്നെ വേണം.

മനോഹരൻ മാസ്റ്റർ പറഞ്ഞു – "പെണ്ണുങ്ങളുടെയും, പിള്ളാരുടെയും സ്വാമി" എന്ന്. എന്തൊരു നല്ല പഥനം. ഞാനത് അഭിമാനത്തോടു കൂടിയാണ് അംഗീകരിക്കുന്നത്. ഞാൻ അവിടെ വന്നിട്ട്, കാണാൻ അവരല്ലേ വന്നുള്ളു? ഞാൻ നിശ്ചയമായും അവരെ അങ്ങോട്ടും അത്രയും സ്നേഹിക്കുന്നു. ഇത് അവിടെ മാത്രമല്ല, എവിടേയും. അത് ഒരു ആരോപണമായിക്കരുതി, ഞാൻ മനോഹരൻ മാസ്റ്ററെ ഇനി കാണുമ്പോൾ പറയും പിള്ളാരോടും പെണ്ണുങ്ങളോടും സംസാരിക്കാതിരിക്കുന്നതല്ലേ വങ്കത്തം? എന്ന്. എന്തായാലും ഒരു നല്ല വിഷയം കിട്ടി. വളരെയധികം പറഞ്ഞു. ബേബിക്കുട്ടന് ഇഷ്ടമായോ എന്തോ.

അബലാർഡിന്റെയും ഹെലോയിസിന്റെയും കഥ അന്വേഷിച്ച ബേബിക്കുട്ടന് അവർ രണ്ടുപേരും കൂടി ലോകത്തിനു നൽകിയ പാഠം മുഴുവൻ ഞാൻ ഇതിൽ കുറിച്ചുകഴിഞ്ഞു.

ബേബിക്കുട്ടനെ പലരും സ്നേഹിച്ചു. അവരെല്ലാം പൊഴിഞ്ഞുപോയി. ഇന്ന് ആരും സ്നേഹിതന്മാരില്ലെന്നു പരാതിപ്പെടുകകൂടിയില്ലായിരിക്കും. എന്നാൽ, ഒരു കാര്യം ഓർക്കണേ– ബേബിക്കുട്ടൻ തന്നെ വെറുത്താലും (അങ്ങനെ സംഭവിക്കുകയില്ല), എന്നും സ്നേഹിക്കുന്ന ഒരു നല്ല സ്നേഹിതൻ ബേബിക്കുട്ടനു വേണ്ടി, പുല്ലാങ്കുഴൽ പാടിയില്ലെങ്കിലും, പിറുപിറുത്തുകൊണ്ട്, ഈ ജീർണ്ണിച്ച ഹൃദയത്തിൽ ഇരിപ്പുണ്ട്.

നിത്യ.

സ്ത്രീ പുരുഷ ബന്ധത്തെക്കുറിച്ചുള്ള ഗുരുവിന്റെ വിചിന്തനങ്ങൾ ധാരാളമായി കടന്നുവരുന്നതുകൊണ്ടുമാത്രമാണ് ദീർഘമായ ഈ കത്ത് ഇവിടെ ഉദ്ധരിച്ചത്. ബേബിച്ചേട്ടനെ ആശ്വസിപ്പിക്കുന്ന, പ്രത്യാശ നൽകുന്ന കത്തുകളും ഗുരുവിൽനിന്നെത്തി.

ആയിടയ്ക്കാണ് വർക്കലയിൽ ശ്രീനാരായണ കൺവെൻഷനായത്. അതിൽ ഒരു ദിവസത്തെ പ്രഭാഷണത്തിന് ബേബിച്ചേട്ടനേയും ക്ഷണിച്ചിരുന്നു. ഗുരു ബേബിച്ചേട്ടനോട് പറഞ്ഞു.

“ബേബിക്കുട്ടൻ വർക്കലയിൽ പോകുമ്പോൾ, രാജത്തെകൂടി കൂടെ കൂട്ടണം. അവിടെ എന്റെ സഹോദരൻ ഡോക്ടർ ഗോപിയുടെ വീടുണ്ട്. നിങ്ങൾ അവരോടൊപ്പം കുറച്ചുദിവസം കഴിയണം. ചുരുങ്ങിയത് രണ്ടാഴ്ച. ഞാൻ വിവരങ്ങളൊക്കെ ഗോപിയോട് പറഞ്ഞിട്ടുണ്ട്.”

ഗുരു പറഞ്ഞതനുസരിച്ച് ഞങ്ങൾ അവിടെയെത്തി. ഹൃദ്രോഗവിദഗ്ദ്ധനും, മനഃശാസ്ത്രനുമായ ഡോക്ടർ പല വിഷയങ്ങളെക്കുറിച്ചും സംസാരിച്ചു. എന്റെ മനസ്സ് മാറ്റിയെടുക്കാനുള്ള ചികിത്സയാണ് അവിടെ നടക്കുന്നതെന്ന് ആദ്യമൊന്നും എനിക്ക് പിടികിട്ടിയില്ല.

ഡോക്ടർ ഓരോന്ന് പറയുമ്പോഴും ഞാൻ പറയും: “ഞങ്ങൾക്ക് കുട്ടികളൊന്നും വേണ്ട. ഇങ്ങനെ അങ്ങു ജീവിച്ചുതീർക്കാം. അതിലെന്താ കുഴപ്പം. എനിക്ക് ഭയമാണ്.”

“അങ്ങനെ പറഞ്ഞാൽ എങ്ങനെ ശരിയാവും. ബേബിക്കുട്ടന്റെ കുഞ്ഞിനെ കാണാൻ മാതാപിതാക്കൾ ആഗ്രഹിക്കില്ലേ? സുഭാഷിന് ആഗ്രഹമില്ലേ?” ഡോക്ടറുടെ ചോദ്യം.

“ഉണ്ട്. പക്ഷേ, രാജിക്ക് ഒന്നും വേണ്ടെന്നാ പറയുന്നത്. എന്തുചെയ്യാനാ?” ബേബിച്ചേട്ടന്റെ മറുപടി. ഒടുവിൽ ഡോക്ടർ പറഞ്ഞു: “സുഭാഷിന്റെ ആരോഗ്യത്തിന് സെക്സ് കൂടിയേ തീരൂ. അതിങ്ങനെ നിയന്ത്രിക്കുന്നത് നന്നല്ല. രാജം ഉദ്ദേശിക്കുന്ന ഫലമാവില്ല അതുകൊണ്ട് ഉണ്ടാവുന്നത്. നല്ല മനസ്സോടെ സഹകരിക്കുക. അതാണ് വേണ്ടത്. ദാമ്പത്യത്തെ ദൈവികതയോടെ കാണുക. അടുത്ത തലമുറയ്ക്ക് ജന്മം നൽകുക. അവരെ വളർത്തി വലുതാക്കുക. ഇതൊക്കെ മാതാപിതാക്കളുടെ കടമയല്ലേ? ഇതിനുള്ള ഭാഗ്യമില്ലാത്ത എത്രയോ ദമ്പതികൾ ഇവിടെ വരാറുണ്ട്. അതുകൊണ്ടാണ് ഗൗരവത്തോടെ കാര്യങ്ങൾ ഉൾക്കൊള്ളണമെന്ന് പറയുന്നത്.”

ഒടുവിൽ ഞാൻ പിടിവാശി ഉപേക്ഷിച്ചു. മാസങ്ങൾ പിന്നിട്ടപ്പോൾ ഗർഭിണിയായി. മറ്റാരെക്കാളും അതിൽ സന്തോഷിച്ചത് ബേബിച്ചേട്ടനായിരുന്നു. എന്നെ ശ്രദ്ധയോടെ പരിചരിച്ചു.

ഒരുദിവസം ഗുരു കാണാനെത്തി. ഗർഭിണിയായ എന്നെ അരികിൽ വിളിച്ചു. ഒരു ആപ്പിൾ എടുത്ത് കണ്ണടച്ച് എന്തോ മന്ത്രം ചൊല്ലി. എന്നിട്ട് എന്റെ കൈയിൽ വച്ചുതന്നു.

"ഇത് മുഴുവൻ രാജം തിന്നണം. മറ്റാർക്കും കൊടുക്കരുത്." ഗുരു തന്ന പ്രസാദം, ജീവിതത്തിലെ സൗഭാഗ്യമായി കരുതി, ഞാൻ അത് ഭക്തിയോടെ കഴിച്ചു. അങ്ങനെ ഗർഭാവസ്ഥയിൽ ഗുരുവിന്റെ അനുഗ്രഹം കുഞ്ഞിന് ലഭിച്ചു.

പ്രസവത്തിന് ആശുപത്രിയിൽ പ്രവേശിച്ചപ്പോൾ എന്റെ അമ്മ വന്നില്ല. വളരെ വിഷമം തോന്നിയ ദിവസങ്ങളായിരുന്നു അത്. 1975 ജനുവരി 2-ന് ഞങ്ങൾക്ക് ഒരു മകൻ പിറന്നു. ജീവിതത്തിൽ ഏറെ സന്തോഷിച്ച നിമിഷം. അമ്മ പിറ്റേന്ന് വൈകിട്ടാണ് ആശുപത്രിയിലെത്തിയത്. ചേച്ചിമാരുടെ പ്രസവസമയത്തെല്ലാം ഒപ്പമുണ്ടായിരുന്ന അമ്മ, എന്നെ മാത്രം കൈവെടിഞ്ഞതെന്തുകൊണ്ടെന്ന് പലപ്പോഴും ഞാൻ ചിന്തിച്ചിട്ടുണ്ട്. അതിനും വേണം ഒരു യോഗം. സ്നേഹം ഹൃദയത്തിൽനിന്ന് തന്നെ വരേണ്ടതാണ്. വിലയ്ക്ക് വാങ്ങാനാവില്ലല്ലോ!

എന്നിട്ടും നാട്ടുനടപ്പനുസരിച്ച് 15 ദിവസം എന്റെ വീട്ടിൽ കഴിയാൻ ബേബിച്ചേട്ടൻ അനുവദിച്ചു. അതിനുശേഷം കുഞ്ഞുമായി ഞങ്ങൾ ബേബിച്ചേട്ടന്റെ വീട്ടിലെത്തി. കുടുംബത്തിന് അടുത്ത അവകാശിയെ കിട്ടിയതിൽ അച്ഛനും, അമ്മയ്ക്കും ഏറെ ആഹ്ലാദം.

വീട്ടിൽ പിടിവാശിക്കാരുണ്ട്, ഗൗരവക്കാരുണ്ട്, ക്ഷിപ്രകോപികളുണ്ട്, അലസരുണ്ട്. പക്ഷേ, കുഞ്ഞെത്തിയതോടെ, അന്തരീക്ഷമാകെ മാറി. ആഹ്ലാദം അലയടിച്ചു. ഇതിനിടെ ഗുരു വീട്ടിലെത്തി ഞങ്ങളെ കണ്ടു.

അങ്ങനെ, ജീവിതം ഒരുവിധം സന്തോഷകരമായി തോന്നിത്തുടങ്ങി. അപ്പോഴാണ് ബേബിച്ചേട്ടന്റെ അച്ഛൻ പക്ഷാഘാതം വന്ന് കിടപ്പിലായത്. അതോടെ കാര്യങ്ങൾ വീണ്ടും താളം തെറ്റി. എനിക്കു ജോലിക്കു പോവാതെ തരമില്ല. പഠിപ്പിക്കാനുള്ള തയ്യാറെടുപ്പുകൾ വേണം. അക്കാലത്ത് വീട്ടിൽ സഹായികൾ ഉണ്ടായിരുന്നുവെങ്കിലും അത്രയേറെ ജോലികളുമുണ്ടായിരുന്നു. ഒരു ദിവസം സ്കൂളിൽ നിന്നെത്തിയ ഞാൻ മൂന്നു വയസ്സുള്ള കുഞ്ഞിനെ മുറ്റത്ത്, എന്റെ കാഴ്ചപ്പാടിനുള്ളിൽ കളിക്കാൻ വിട്ടുകൊണ്ട് അടുക്കളയിലേക്ക് പോയി. കളിക്കിടെ കുട്ടി വീടിനോട് ചേർന്ന് പിടിപ്പിച്ചിരുന്ന, ചോർച്ചയുണ്ടായിരുന്ന എർത്ത് വയറിൽ പിടിച്ചു, വൈദ്യുതാഘാതമേറ്റ് തെറിച്ചുവീണു. കരച്ചിൽകേട്ട് ഞാൻ ഓടിയെത്തി. കൈകൾ വിടർത്തി നോക്കിയപ്പോൾ, വലത്തെ കൈപ്പത്തിയുടെ മൂന്നു വിരലുകൾ കരിഞ്ഞുകരുവാളിച്ചിരിക്കുന്നു. ഇളംവിരലുകളിലെ എല്ലുകൾ കാണാമായിരുന്നു. ഞാൻ നിയന്ത്രണംവിട്ട് പൊട്ടിക്കരഞ്ഞു.

കോളേജിൽനിന്ന് അപ്പോൾ വീട്ടിലെത്തിയ ബേബിച്ചേട്ടനും പരിഭ്രമിച്ചു. കുട്ടിയെ എടുത്ത് ഡോക്ടറുടെ സമീപത്തേക്ക് ഓടി. വർക്കി ഡോക്ടർ കുഞ്ഞിനെ പരിശോധിച്ചു. വിരലുകളിൽ മരുന്ന് പുരട്ടി. ബാന്റേജ് ഇട്ടു.

“കുട്ടിയായതുകൊണ്ട് വേഗം ശരിയാവും സുഭാഷേ, ഇങ്ങനെ കരയാതെ, ധൈര്യമാ വേണ്ടത് എന്തായിത്?” എന്നു പറഞ്ഞ് ഡോക്ടർ ആശ്വസിപ്പിച്ചു.

കൈ സുഖമാവാൻ മൂന്നു മാസത്തിലേറെ എടുത്തു. വിരലുകൾ മടങ്ങിത്തന്നെയിരുന്നു. ഏറെ ദിവസത്തെ പരിശീലനത്തിനൊടുവിൽ അവ യഥേഷ്ടം ചലിപ്പിക്കാനായി.

തളർവാതം പിടിപെട്ട് ശയ്യാവലംബിയായ അച്ഛന് പല മരുന്നുകളും കൊടുത്തു. കാര്യമായ ഫലമൊന്നും ഉണ്ടായില്ല. രോഗിയായ അച്ഛന്റെ സമീപത്തുനിന്ന് എങ്ങോട്ടും പോവാതെ അമ്മ ശുശ്രൂഷിച്ചുകൊണ്ടിരുന്നു. ആയിടയ്ക്ക് ഗുരു വിദേശത്തായിരുന്നു. അച്ഛൻ കിടപ്പിലായ വിവരം ഗുരുവിനെ ബേബിച്ചേട്ടൻ അറിയിച്ചിരുന്നു. ഗുരു തിരിച്ചെത്തി. എന്നെങ്കിലും ഒരു ദിവസം അച്ഛനെ കാണാൻ എത്തുമെന്ന് പ്രതീക്ഷിച്ചു. പക്ഷേ, പലവിധ തിരക്കുകൾ കൊണ്ടാവാം എത്തിയില്ല. വർഷം ഒന്ന് പിന്നിട്ടു. ഗുരു വന്നില്ല.

ഒരു ദിവസം ഞാൻ നോക്കുമ്പോൾ ബേബിച്ചേട്ടൻ ഗുരുവിന് ഒരു കത്തെഴുതി വച്ചിരിക്കുന്നു. അതിലൂടെ കണ്ണോടിച്ച ഞാൻ അമ്പരന്നു.

ദൈവമേ, ഇതെന്തൊരു കത്ത്! രോഗിയായ അച്ഛനെ ഒരു നോക്കു കാണാനുള്ള സന്മനസ്സ് കാട്ടാതിരുന്നതിനാൽ, ഹൃദയശൂന്യനെന്നും, നന്ദിയില്ലാത്തവനെന്നുമെല്ലാം കുറ്റപ്പെടുത്തി ഗുരുവിനെ അതിരൂക്ഷമായി വിമർശിച്ചിരിക്കുന്നു!

ഞാൻ ബേബിച്ചേട്ടനോട് പറഞ്ഞു: “നോക്കൂ ഇങ്ങനെയൊന്നും ഗുരുവിന് കത്തെഴുതരുത്. ശാപം കിട്ടും എനിക്കു പേടിയാവുന്നു. വേണ്ട ഈ കത്ത് അയക്കേണ്ട.”

“താൻ ഇതിൽ ഇടപെടേണ്ട. ആരു പറഞ്ഞു ഈ കത്ത് വായിക്കാൻ?” എന്നു പറഞ്ഞ് എന്നെ ശകാരിച്ചു.

ഞാൻ നിശ്ശബ്ദയായി. ഒന്നും മറുത്തുപറയാൻ ധൈര്യപ്പെട്ടില്ല. കത്ത് അയച്ചോ, ഇല്ലയോ എന്നു പോലും ചോദിച്ചുമില്ല.

പെട്ടെന്ന് ഒരു ദിവസം ഗുരു വീട്ടിലെത്തി. മുന്നറിയിപ്പൊന്നും ഇല്ലാതെ അച്ഛനെ കണ്ടു. ഓർമ്മശക്തിയും, സംസാരശേഷിയും നഷ്ടമായ അച്ഛൻ, ഗുരുവിനെ തിരിച്ചറിഞ്ഞിട്ടുണ്ടാവില്ല. ബേബിച്ചേട്ടൻ കോളേജിലായിരുന്നു. അമ്മയെ ആശ്വസിപ്പിച്ച് ഗുരു മടങ്ങി.

ആ സംഭവത്തിനുശേഷം ഗുരുവിന്റെ മറുപടി ഒരു പോസ്റ്റ് കാർഡിലെത്തി.

"ബേബിക്കുട്ടൻ എന്റെ ഗുരുവായി. ഞാൻ തെറ്റ് തിരുത്തി. എന്നോട് പിണക്കമില്ലെന്ന് കരുതുന്നു." ഇതായിരുന്നു ഉള്ളടക്കം.

കത്ത് വായിച്ച്, അത് നെഞ്ചോട് ചേർത്ത് കണ്ണടച്ചു നിൽക്കുന്ന ബേബിച്ചേട്ടന്റെ രൂപം ഇന്നും എന്റെ മനസ്സിൽ മായാതെ നിൽക്കുന്നു.

കുറ്റബോധമോ, പശ്ചാത്താപമോ എന്തായിരിക്കും ബേബിച്ചേട്ടന്റെ മനസ്സിലെന്ന് തിരിച്ചറിയാൻ കഴിഞ്ഞതുമില്ല. ഒന്ന് മാത്രം ഞാൻ കണ്ടു.

അച്ഛന്റെ അടുത്തുവന്ന് ബേബിച്ചേട്ടൻ ചോദിച്ചു.

"അച്ഛാ... അച്ഛാ... അച്ഛനെ കാണാൻ ഇന്ന് ഗുരു വന്നു. അറിഞ്ഞോ?" അമ്മയുടെ കണ്ണുനീർ മാത്രം സാക്ഷി. രോഗത്തിന്റെ മുന്നിൽ നാം എത്ര നിസ്സഹായർ.

അങ്ങനെയിരിക്കെ, വിജയദശമി അടുത്തു. കുട്ടിയെ എഴുത്തിനിരുത്തണം. ഗുരുവിനെക്കൊണ്ട് എഴുത്തിനിരുത്തുവാൻ എല്ലാവരും തീരുമാനിച്ചു. കുഞ്ഞിന് പേരിട്ടത് ബേബിച്ചേട്ടൻതന്നെ. പേര് 'പ്രിയേന്ദു'. എന്നാൽ അവൻ ആദ്യാക്ഷരം കുറിക്കുന്നത് ഗുരുവിന്റെ കൈകൊണ്ടാവണം എന്നു മോഹിച്ചു. ആശിക്കാനല്ലേ പറ്റൂ. വിജയദശമിയുടെ തലേന്ന്, രണ്ടുവർഷമായി രോഗശയ്യയിലായിരുന്ന, അച്ഛൻ മരിച്ചു. അതോടെ ആശ നിരാശയായി. മരണാനന്തര കർമ്മങ്ങൾക്കിടെ മകന്റെ എഴുത്തിനിരുത്ത് നടന്നില്ല.

അച്ഛന്റെ നിര്യാണവാർത്ത അറിഞ്ഞ് ഏതാനും ദിവസം കഴിഞ്ഞപ്പോൾ ഗുരു എത്തി. മണിക്കൂറുകൾക്കുശേഷം ബോംബെയിലേക്ക് യാത്ര തിരിക്കാനായി അദ്ദേഹം റെയിൽവേസ്റ്റേഷനിലേക്ക് പോയി.

തീവണ്ടിയിലേക്ക് കയറും മുൻപ് "ഇത് ബേബിക്കുട്ടനിരിക്കട്ടെ" എന്നു പറഞ്ഞ് കൈയിൽ കിടന്നിരുന്ന SEIKO വാച്ച് ഊരി ബേബിച്ചേട്ടന്റെ കൈയിൽ കെട്ടിക്കൊടുത്തു. അത് നിധിപോലെ ഇന്നും ഞാൻ സൂക്ഷിച്ചുവെച്ചിട്ടുണ്ട്.

ബോംബെയിൽനിന്ന് ഗുരു ബേബിച്ചേട്ടനെഴുതി:

പ്രിയ ബേബീ,

ബേബിക്ക് ഇഷ്ടപ്പെടാത്ത ഒരു പരിസരം ഞാൻ പരീക്ഷണാർത്ഥം സ്വീകരിച്ചിരിക്കുകയാണ്. പ്രേം കുടീരം. ഏഴു നിലയുള്ള വെള്ള മാർബിൾ മണിമേടയാണ്. അറബിക്കടലിന്നഭിമുഖമായി നിൽക്കുന്ന ഈ മനോഹര സൗധത്തിൽ ഇല്ലാത്ത സുഖഭോഗങ്ങൾ ഒന്നും തന്നെയില്ല.

പട്ടുമെത്തയും, പങ്കയും, കാലുതിരുമ്മാൻ ബ്രഹ്മചാരിയും, പാലും പഴവും പലഹാരങ്ങളും തന്നുകൊണ്ടിരിക്കാൻ പരിചാരകരും, പുറത്തു പോകാൻ കാറുകളും, പാട്ടുകേൾക്കാൻ റേഡിയോയും, കേൾപ്പിക്കുവാൻ ഗാനഭൂഷണകളും പൂവിട്ടു വന്ദിക്കുവാൻ ഭക്തജനങ്ങളും സ്തുതിപറയുവാൻ സ്തുതിപാഠകന്മാരും ഇവിടെ എത്രവേണമെങ്കിലും ഉണ്ട്. കടത്തിണ്ണയിലുറങ്ങുന്ന തെരുവുതെണ്ടികളുടെ കൂടെയും ഞാൻ ജീവിച്ചിട്ടുണ്ട്. അത്താഴത്തിന് അരിയില്ലാത്ത വീടുകളിൽ, മരച്ചീനിയും തിന്നു വെള്ളവും കുടിച്ച് ഞാൻ ഉറങ്ങിയിട്ടുണ്ട്. അവരുടെ ജീവിതാനുഭവങ്ങൾ, അവരുടെ ആവശ്യങ്ങൾ അവരുടെ വേദനകൾ അവരുടെ നിസ്സഹായത, അതെല്ലാം ഒരു ലോകം.

ഇവിടെ, ഇപ്പോൾ ഞാൻ അനുഭവിക്കുന്ന സ്വർഗ്ഗീയ മേന്മകളാൽ മാനുഷികമല്ലാതായിത്തീർന്നിട്ടുള്ള ഈ ലോകം വേറൊന്ന്. ഇതിന്റെ രണ്ടിന്റെയും ഇടയിൽ അഗാധമായ ഒരു വിടവാണുള്ളത്. നാം ഒരു ലോകത്തെപ്പറ്റി സംസാരിക്കുന്നു. സോഷ്യലിസത്തെപ്പറ്റി പറയുന്നു. എന്നാൽ, അത് കൈവരുത്തുവാൻ വിലങ്ങുതടികളായിരിക്കുന്ന സാമൂഹികതയും, സാമ്പത്തികതയും, എത്ര വലുതാണെന്ന് അറിയാൻ എനിക്കിപ്പോൾ കഴിയുന്നുണ്ട്.

നാം കണ്ണ് തുറന്നു ജീവിക്കുകയാണെങ്കിൽ എന്തൊരു ഉത്തരവാദിത്തമാണ് നമുക്കുള്ളത്. ഒരായിരം വർഷത്തേക്കു ശാന്തി നൽകാൻ കഴിയുന്ന ഒരു സിദ്ധാന്തം പരത്തുവാൻ ബുദ്ധനു കഴിഞ്ഞു. ക്രിസ്തു അനേകായിരത്തിന് അനന്തമായ ആനന്ദം നൽകി. പക്ഷേ, ക്രിസ്തുവിന്റെ പേരിൽ സത്കാമികളായ അനേകം പേരെ ക്രൂശിക്കുകയും ചെയ്തു. നബി സമാധാനമില്ലാത്തിടത്തു സമാധാനം കൊണ്ടുവന്നു. എന്നാൽ, പലരുടെയും സമാധാനം നബിയുടെ പിന്തുടർച്ചക്കാർ ധ്വംസിച്ചു. മാർക്സ് വന്നു. പുതിയ ഒരു സംസ്കാരത്തിന്റെ അടിത്തറ നൽകി. മനുഷ്യസൗധത്തെ പുതിയ അടിത്തറയിലേക്കു മാറ്റുവാനുള്ള വ്യഗ്രതയിൽ മനോഹരങ്ങളായ പല മച്ചുകളും, എടുപ്പുകളും, ഗോപുരങ്ങളും തകർന്നുവീണു. എന്നാലും നാം ആശയോടും വിശ്വാസത്തോടും കൂടി നാളെയെ പ്രതീക്ഷിച്ചു പുതിയ കല്ലുകൾ വച്ചുകെട്ടുകയാണ്.

നിത്യ.

ഒരു ദിവസം ഞങ്ങൾ ശിവഗിരിയിൽ കൺവെൻഷനിൽ പങ്കെടുത്ത ശേഷം വർക്കല ഗുരുകുലത്തിൽ എത്തി. ഗുരുവിന്റെ പ്രഭാഷണം നടക്കുന്നു. ഞങ്ങൾ ഒരരുകിൽ ചെന്നിരുന്നു.

പ്രഭാഷണം അവസാനിച്ചപ്പോൾ ബേബിച്ചേട്ടൻ അടുത്തുചെന്ന്

അഭ്യർത്ഥിച്ചു.

"ഗുരു, മോനേ എഴുത്തിനിരുത്താനായില്ല. ഗുരു അവനെ എഴുത്തിനിരുത്തുമോ?"

അപ്പോൾ സമയം രാത്രി ഒൻപതിനോടടുത്തിട്ടുണ്ടാവും

"അതിനെന്താ, ആവാമല്ലോ ബേബിക്കുട്ടാ."

ഗുരു ഉടനെ ശിഷ്യനോട് താമ്പാളത്തിൽ അരി കൊണ്ടുവരാൻ ആവശ്യപ്പെട്ടു. അവനെ മടിയിൽ ഇരുത്തിയശേഷം നാവിലും, അരിയിലും ഹരിശ്രീ കുറിച്ചു. എന്നിട്ട് പറഞ്ഞു:

"ഈ മോൻ രാത്രിയിലാവും കൂടുതൽ പഠിക്കുന്നത്. ലോകം മുഴുവൻ സഞ്ചരിച്ച്, രാത്രി പഠിച്ചുകൊണ്ടേയിരിക്കും."

അത് സത്യമായി. അവൻ പഠിച്ചത് ഏറെയും രാത്രി പത്തുമണി കഴിയുമ്പോഴാണ്. ഇപ്പോൾ അമേരിക്കയിൽ സീമെൻസിൽ ലീഡ് സോഫ്റ്റ്വെയർ ആർക്കിടെക്റ്റായി ജോലി ചെയ്യുന്നു. ഗുരുവിന്റെ വചനങ്ങൾ സത്യമാവും എന്നതിന് ഉദാഹരണം.

അവൻ കുട്ടിയായിരുന്നപ്പോൾ മഹാവികൃതിയും, പ്രശ്നക്കാരനുമായിരുന്നു. എന്നെ വിഷമിപ്പിക്കാത്ത ഒരു ദിവസം പോലും ഉണ്ടായിരുന്നില്ല.

തന്റെ കുടുംബവുമായി ബേബിച്ചേട്ടൻ സന്തോഷത്തോടെ കഴിഞ്ഞിരുന്ന കാലം. അല്ലറ ചില്ലറ സാമൂഹ്യപ്രവർത്തനങ്ങളും ഉണ്ടായിരുന്നു. ഹൃദയാഘാതം വന്നതിൽ പിന്നെ അലച്ചിലുകൾ എല്ലാം സ്വയമേവ ഒഴിവാക്കി. കോളേജ്, വീട്, എഴുത്ത്, പൂന്തോട്ടനിർമ്മാണം, സുഹൃദ് സമ്മേളനങ്ങൾ ഇവയിൽ ആനന്ദം കണ്ടെത്തിയ ദിനങ്ങൾ.

ഒരു ദിവസം സ്ഥലത്തെ പ്രമുഖനായ ഒരു രാഷ്ട്രീയ നേതാവ് ബേബിച്ചേട്ടനെത്തേടി ഏതാനും അനുയായികളോടൊത്ത്, വീട്ടിലെത്തി.

"സുഭാഷ് ചന്ദ്രനില്ലേ? വിളിക്കൂ"

ബേബിച്ചേട്ടനെത്തി, അതിഥികളെ സ്വീകരിച്ചു.

"മാഷേ, നമസ്ക്കാരം ഇരിക്കൂ."

"ഞാൻ വന്നത് ഒരു പ്രധാന കാര്യം പറയാനാണ്. എതിർത്തൊന്നും പറയരുത്.

ബേബിച്ചേട്ടന്റെ അഭിപ്രായമോ, സമ്മതമോ ഒന്നും ചോദിച്ചില്ല.

"ഇത്തവണ കോർപ്പറേഷൻ കൗൺസിൽ തെരഞ്ഞെടുപ്പിൽ താൻ നിൽക്കണമെന്നാ ഞങ്ങളുടെ എല്ലാം ആഗ്രഹം. പേര് കൊടുക്കാൻ പോകുകയാണ്."

ഇതു കേട്ടു നിന്ന എനിക്ക് സഹിക്കാനായില്ല. ഞാൻ മുന്നോട്ടുചെന്ന് ശബ്ദമുയർത്തി പറഞ്ഞു:

"സാറേ വേണ്ട. ഇലക്ഷന് നിൽക്കാനുള്ള ആരോഗ്യം ബേബിച്ചേട്ട

നില്ല. കൃത്യമായി മരുന്നു കഴിച്ചുകൊണ്ടിരിക്കുന്ന വ്യക്തിയാണ്. കൂടുതൽ അദ്ധ്വാനിക്കരുതെന്ന് ഡോക്ടർ പ്രത്യേകം പറഞ്ഞിട്ടുള്ളതാണ്. ബേബിച്ചേട്ടനെ നിറുത്തരുത്. ഈ ആവശ്യത്തിൽനിന്ന് ദയവായി ഒഴിവാക്കണം." ഞാൻ അദ്ദേഹത്തിന്റെ കാൽതൊട്ട് അപേക്ഷിച്ചു.

"എതിരാളി അതിശക്തിമാൻ, സർവ്വസമ്മതൻ, അതുകൊണ്ട് ബേബിച്ചേട്ടൻ തോറ്റുപോവുമെന്ന് ഉറപ്പ്. അയൽക്കാർക്കു പോലും ബേബിച്ചേട്ടനെ അറിയില്ല."

"അതൊന്നും പറ്റില്ല, രാജം. സുഭാഷ് നിൽക്കട്ടെ, മത്സരിക്കട്ടെ. കഴിവുള്ളവരെയല്ലേ നിറുത്താനാവൂ." അദ്ദേഹത്തിന്റെ മറുപടി.

ഞാൻ ബേബിച്ചേട്ടനെ അടുത്തേയ്ക്കു വിളിച്ചു.

"പോകരുത് ബേബിച്ചേട്ടാ, പോകരുത്," ദയനീയമായി കരഞ്ഞുകൊണ്ട് അഭ്യർത്ഥിച്ചു. ബേബിച്ചേട്ടൻ വഴങ്ങിയില്ല.

"രാജീ, താൻ വരുന്നതിനെക്കാൾ മുൻപ് മാസ്റ്ററെയാണ് ഞാൻ കണ്ടത്. മാസ്റ്ററുടെ ആവശ്യം എനിക്ക് നിഷേധിക്കാനാവില്ല. അതുകൊണ്ട് എന്നെ തടയേണ്ട. ഞാൻ പോകും."

അദ്ദേഹത്തോടൊത്ത് ബേബിച്ചേട്ടൻ ഇറങ്ങി. എനിക്കു സങ്കടം സഹിക്കാനായില്ല. ഭാര്യയെന്ന നിലയിൽ ഒരു സ്വാധീനവും ചെലുത്താനായില്ലല്ലോ എന്നോർത്ത് മനസ്സ് തേങ്ങി.

പെട്ടെന്ന് വീട്ടിൽ എന്തോ പൊട്ടിത്തകരുന്ന ശബ്ദം. സ്ലാബിൽ വച്ചിരുന്ന ലക്ടോകലാമിൻ ക്രീമിന്റെ വലിയ കുപ്പി താഴെ പൊട്ടിച്ചിതറി കിടക്കുന്നു. എന്റെ ജീവിതവും അതുപോലെയാകുമോ എന്നു ഭയന്നു. അത് സത്യമായി.

നാമനിർദ്ദേശപത്രിക കൊടുത്തതോടെ, ബേബിച്ചേട്ടൻ, ആകെ മാറി. ഒന്നിനും സമയമില്ല. കൃത്യമായി ഭക്ഷണംപോലും കഴിക്കുന്നില്ല. മരുന്നു കഴിക്കുന്നില്ല. ഏതു സമയവും ഫോണിൽ സംസാരം. അല്ലെങ്കിൽ, പാർട്ടി പ്രവർത്തകർക്കൊപ്പം വീടുവീടാന്തരം കയറിയിറങ്ങുന്നു. ഫ്ളക്സുകൾ, മീറ്റിങ്ങുകൾ ഇതിനെല്ലാം പണം ആവശ്യമായി വന്നു. എന്റെ സ്വർണ്ണം പണയംവയ്ക്കേണ്ട ഘട്ടം വരെ എത്തി.

പലരും സംഭാവനയായി കള്ളച്ചെക്കുകൾ നൽകി. ടാക്സി കാറുകളുടെ വാടക വരെ പലതും ഞാൻ കൊടുക്കേണ്ടി വന്നു. അക്കാലത്ത് എന്റെ ശമ്പളം നന്നേ തുച്ഛമായിരുന്നു. മനസ്സമാധാനം ദിനംപ്രതി തകർന്നു. മകനോടൊപ്പം സമയം ചെലവഴിക്കാൻ ബേബിച്ചേട്ടന് വലിയ ഇഷ്ടമായിരുന്നു. പക്ഷേ, സമയമില്ല. തന്റെ പ്രിയപ്പെട്ട പൂച്ചെടികളും അവഗണിക്കപ്പെട്ടു. ചുമയും ബാധിച്ചു. ഡോക്ടറെ കാണാൻ കൂട്ടാക്കിയില്ല. മാനസികസമ്മർദ്ദം രൂക്ഷമായതോടെ ശരീരം ക്ഷീണിച്ചു.

ഒരു കാര്യവുമില്ലാതെ ക്ഷോഭിക്കും. ചില സമ്മേളനങ്ങളിൽ പ്രസംഗിച്ചത് വിവാദമായി. എതിരാളികൾ കൈയേറ്റം ചെയ്യുമെന്ന ഘട്ടംവരെയെത്തി.

ആയിടയ്ക്ക് ഞാനൊരു സ്വപ്നം കണ്ടു. കാട്ടിലൂടെ ഏകയായി നടന്നുപോകുന്ന ഞാൻ പെട്ടെന്ന് ആഴമേറിയ ഒരു കുഴിയിലേക്ക് വീണു. എത്ര ശ്രമിച്ചിട്ടും പുറത്തേയ്ക്ക് കയറാൻ കഴിഞ്ഞില്ല. പിടിച്ചുകയറാൻ ശ്രമിക്കുന്തോറും അഗാധതയിലേക്ക് നിപതിച്ചുകൊണ്ടിരുന്നു. രക്ഷയ്ക്കായി ഞാൻ ഉറക്കെ കരഞ്ഞു.

കരച്ചിലിന്റെ ശബ്ദം കേട്ട് ഉണർന്ന ബേബിച്ചേട്ടൻ എന്നെ തട്ടി ഉണർത്തി. “രാജീ... എന്തായിത്? എന്തിനാ കരയുന്നത്?”

ഞാൻ സങ്കടത്തോടെ പറഞ്ഞു: “ബേബിച്ചേട്ടാ, എനിക്ക് എന്തോ ആപത്ത് വരാൻ പോകുന്നു. കുഴിയിൽ വീണു. എത്ര ശ്രമിച്ചിട്ടും കരകയറാനായില്ല. ഇലക്ഷന് നിൽക്കേണ്ട.”

“അതുകൊള്ളാം. ഇപ്പോ എവിടെയാ? കുഴിയിലോ? എന്റെ മുന്നിലോ? വെറുതെ ഓരോന്ന് ചിന്തിച്ചുകൂട്ടും. തന്നെക്കൊണ്ട് ഞാൻ തോറ്റു. ഇനി വീണാൽ ഞാൻ കയറിട്ട് തരാം. പോരേ വാ... ഉറങ്ങാം” പക്ഷേ, ആശ്വാസവാക്കുകൾക്ക് ആയുസ്സുണ്ടായിരുന്നില്ല.

ചില സ്വപ്നങ്ങൾ സത്യമാവും. അനുഭവങ്ങളുടെ അഗാധഗർത്തത്തിലേയ്ക്കുള്ള പതനം അകലെയായിരുന്നില്ല. പിടിവള്ളിയായത് ഗുരുവചനങ്ങൾ മാത്രം.

ഒടുവിൽ ഒട്ടേറെ കോലാഹലത്തോടെ തെരഞ്ഞെടുപ്പ് നടന്നു. ബേബിച്ചേട്ടൻ അതിദയനീമായി പരാജയപ്പെട്ടു. തോറ്റു തുന്നംപാടിയതോടെ, സഹായികളായി നടന്നിരുന്നവർ മാളത്തിലൊളിച്ചു.

എതിരാളിയെ ഒരുവിധത്തിലും തോല്പിക്കാനാവില്ലെന്ന് അറിഞ്ഞുകൊണ്ടുതന്നെയാണ് രാഷ്ട്രീയനേതാവ് ബേബിച്ചേട്ടനെ സ്ഥാനാർത്ഥിയായി നിർദ്ദേശിച്ചത്. അതെനിക്ക് അന്നേ ബോധ്യമായിരുന്നു. രാഷ്ട്രീയത്തിന്റെ നീരാളിപ്പിടുത്തം അത്ര കാഠിന്യമേറിയതായിരുന്നു.

ഉറക്കമില്ലാതായി. സാമ്പത്തികബുദ്ധിമുട്ട്. എതിർപക്ഷത്തിന്റെ നിശിതമായ വിമർശനങ്ങൾ. വീടിനു ചുറ്റും താമസിക്കുന്നവരെപ്പോലും കൃത്യമായി അറിയാത്ത ഒരാൾക്ക് ഇത്രയൊക്കെ വിജയം പ്രതീക്ഷിച്ചാൽ മതി. ഇതെല്ലാം മറ്റാരേക്കാളും മനസ്സിലാക്കാൻ എനിക്കു കഴിഞ്ഞിരുന്നു. ആശ്വാസവചനങ്ങൾക്കും പരിധിയുണ്ടല്ലോ? ബേബിച്ചേട്ടൻ എല്ലാം ഉള്ളിൽ ഒതുക്കുന്നുവെന്നതാണ് എന്റെ ഉറക്കം കെടുത്തിയത്.

1979 നവംബർ 22-ാം തീയതി രാവിലെ പതിവില്ലാതെ ബേബിച്ചേട്ടൻ എന്നോട് യാത്ര പറയാൻ കുളിമുറിയുടെ മുന്നിലെത്തി, വിളിച്ചുപറഞ്ഞു:

“രാജീ, ഞാൻ ഇറങ്ങുന്നുകേട്ടോ”

“ശരി, ശരി”, ഞാൻ മറുപടി പറഞ്ഞു.

കോളേജിൽനിന്ന് മടങ്ങിയെത്തിയ ബേബിച്ചേട്ടൻ ഉച്ചയൂണിനുശേഷം അമ്മയോട് പറഞ്ഞു:

“അമ്മേ ഞാൻ പഠിപ്പിക്കുന്ന ഒരു കുട്ടി നാലു മണിക്കു വരും. അവന്റെ ഫീസ് കൊടുക്കണം. വൈകിട്ട് ഒരു മീറ്റിങ്ങുണ്ട്. മൂന്നര മണിക്ക് എന്നെ വിളിക്കണം. അതുവരെ ഉറങ്ങട്ടെ.”

മൂന്നര മണിയോടെ മകൻ സ്കൂളിൽനിന്നെത്തി.

ഉറങ്ങുന്ന അച്ഛനെ വിളിച്ചുണർത്താൻ പതിവ് പോലെ ശ്രമിച്ചു. ഉണരുന്നില്ല. കൈയിൽ വിടർത്തിപ്പിടിച്ച ‘ശേഷക്രിയ’ എന്ന പുസ്തകവുമായി, കണ്ണടവെച്ച്, തന്റെ അച്ഛൻ എന്നന്നേയ്ക്കുമായി ഉറങ്ങുകയാണെന്ന് അവൻ അറിഞ്ഞതേയില്ല.

“അച്ഛാ, എഴുന്നേൽക്കൂ,” എന്ന ഉറക്കെയുള്ള വിളി കേട്ട് ഓടിയെത്തിയവർ, എന്തുചെയ്യണമെന്ന് അറിയാതെ പരിഭ്രമിച്ച് ബേബിച്ചേട്ടനെ ബലമായി പിടിച്ച് കുലുക്കി.

ഇതൊന്നുമറിയാതെ ഫീസ് വാങ്ങാനെത്തിയ കുട്ടി പരിഭ്രമത്തോടെ പുറത്തേയ്ക്ക് ഓടി.

സ്കൂളിൽനിന്ന് വീട്ടിലേക്ക് മടങ്ങുകയായിരുന്ന എന്റെ സഹാദ്ധ്യാപകൻ പറഞ്ഞു:

“ടീച്ചറേ, ഒന്നു വേഗം വീട്ടിലേക്ക് ചെല്ലൂ”

എന്താണ് കാര്യമെന്നറിയാതെ ഞാൻ പരിസരം മറന്ന് വീട്ടിലേക്ക് ഓടിയെത്തി. അവിടെ കൂടിയ അയൽക്കാരുടെ ഇടയിലൂടെ ഞാൻ കണ്ടു, ചലനമറ്റ് കിടക്കുന്ന ബേബിച്ചേട്ടനെ.

ഉറക്കെ വിളിച്ച് ഞാനാ കൈകൾ ഉയർത്തി. തണുത്തു വിറങ്ങിലിച്ചിരിക്കുന്നു. ഡോക്ടറെത്തി. മരണം സ്ഥിരീകരിച്ചു; ഹൃദയസ്തംഭനം. “രാജീ, എന്റെ ഈ കൈകൾക്ക് ജീവനുള്ള കാലത്തോളം തന്നെ ഞാൻ വേദനിപ്പിക്കുകയില്ല. പൊന്നുപോലെ സംരക്ഷിക്കും”എന്ന് വിവാഹദിനത്തിൽ ഉറപ്പുതന്ന ബേബിച്ചേട്ടൻ എന്നെ എന്നന്നേയ്ക്കുമായി വിട്ടുപിരിഞ്ഞെന്ന് ബോധ്യമായി. പക്ഷേ, വിശ്വസിക്കാനായില്ല. ആ ശരീരത്തിലേക്കു കുഴഞ്ഞുവീണു. സുഖമരണത്തിലൂടെ, വേദനകളില്ലാത്ത, യാതനകളില്ലാത്ത, ഏതോ അജ്ഞാതലോകത്തേക്ക് പ്രാണൻ ചിറകടിച്ച് അകന്നെന്ന സത്യം ഉൾക്കൊള്ളാൻ എന്റെ മനസ്സ് പരാജയപ്പെട്ടു.

അതോടെ സംഭവബഹുലമായ ഒരു അദ്ധ്യായം അവസാനിക്കുകയായിരുന്നു.

‘ശേഷക്രിയ’ എന്ന പുസ്തകം നെഞ്ചോടടക്കി ഈ ലോകത്തോട്

വിടപറഞ്ഞ ബേബിച്ചേട്ടന്റെ ശേഷക്രിയ പൂർത്തിയാക്കിയതും പിന്നീട് ഞാൻ ഏകയായിത്തന്നെ വേണ്ടി വന്നു. മരണാനന്തര കർമ്മങ്ങൾക്കു ശേഷം അസ്ഥി ഒരു കുപ്പിയിലാക്കി ഒരു മരച്ചുവട്ടിൽ കുഴിച്ചിട്ടിരുന്നു. മരിച്ച് ആണ്ട് തികയുന്ന ദിവസം അത് ആലുവാപ്പുഴയിൽ ഒഴുക്കാനാണ് നിശ്ചയിച്ചത്. പക്ഷേ, ഇത്തരം കർമ്മങ്ങളിലുള്ള വീട്ടുകാരുടെ വിശ്വാസമില്ലായ്മമൂലം കൂടെ വരാൻ എന്റെ ഹരിഹരൻ അമ്മാവനല്ലാതെ ആരും ഉണ്ടായില്ല. അദ്ദേഹവും ഞാനും നാലര വയസ്സുകാരൻ മകനും ചേർന്ന് ആലുവ അദ്വൈതാശ്രമത്തിനുചാരെ പുഴയിൽ കൊണ്ടുപോയി തൊഴുത് കർമ്മങ്ങളൊന്നും കൂടാതെ ആ അസ്ഥികൾ ഒഴുക്കി. ഞങ്ങളുടെ വിവാഹം നടന്ന അദ്വൈതാശ്രമം അതിനു സാക്ഷിയായി.

അദ്ധ്യായം നാല്

ഗുരുവുണ്ട് കൂടെ

ഞാനും, നാലു വയസ്സുള്ള മകനും എല്ലാവരുടേയും മുന്നിൽ ഒരു വലിയ ചോദ്യചിഹ്നമായി. പ്രേമവിവാഹത്തിന്റെ ദുരന്തമായി ചൂണ്ടിക്കാണിക്കാൻ എന്റെ പേര് നിമിത്തമായി. വിവാഹിതയായ ഒരു സ്ത്രീയുടെ താങ്ങും, തണലുമായ വ്യക്തി നഷ്ടപ്പെട്ടാലുണ്ടാവുന്ന വ്യഥ മറ്റാർക്കും പരിഹരിക്കാവുന്നതല്ലല്ലോ.

ബേബിച്ചേട്ടൻ മരിച്ച് രണ്ടാഴ്ച കഴിഞ്ഞപ്പോൾ ഗുരു എനിക്കെഴുതി:

മോളേ, നാമെല്ലാം സശരീരരായിരിക്കുമ്പോഴും, നമ്മുടെ സത്യം, സ്നേഹിക്കുന്നവരുടെ ഹൃദയത്തിലുള്ള ഉണ്മയിലാണല്ലോ. രാജത്തെ ഇപ്പോൾ എന്റെയടുത്തു കാണാനില്ല. എന്റെ ഹൃദയത്തിൽ എത്ര സത്യമായിരിക്കുന്നു. കഴിഞ്ഞ എത്രയോ വർഷങ്ങളായി എനിക്കു ബേബിയെ വല്ലപ്പോഴും ഒരിക്കൽ മാത്രമേ, രണ്ടു മണിക്കൂർ, കാണുവാൻ കഴിഞ്ഞിട്ടുള്ളു. എന്നാൽ, ഒരു നിമിഷവും ഹൃദയത്തിൽനിന്ന് പിരിഞ്ഞിരുന്നിട്ടില്ല. ഇപ്പോഴും അതേ ഉണ്മയോടുകൂടി തുടരുന്നു. ആ ച്യുതിയില്ലാത്ത സ്നേഹത്തിൽ എന്റെ മോൾ ആശ്വാസം കണ്ടെത്തണം. മോന്റെ വളർച്ചയിലും, വിദ്യാഭ്യാസത്തിലും മനസ്സർപ്പിതമായിരിക്കുമ്പോൾ ആശ്വാസം വരും. സ്നേഹിക്കുന്നവർക്കൊക്കെയും ഒരളവിൽ ദുഃഖം ജീവിതത്തിന്റെ അന്തർധാരയായിരിക്കും. അത് ഒഴിവാക്കാൻ സർവ്വസമാശ്ലേഷിയായ ഉൺമയിൽ സദാ നിറഞ്ഞുനിൽക്കുന്ന ജ്ഞാനം ഉണ്ടാവണം. പ്രിയേന്ദു ആ മഹാപ്രകാശത്തിലേക്ക് വരുമെന്ന് എനിക്കറിയാം. രാജം അതിനായി അവനെ സഹായിക്കണം.

എന്റെ അമ്മയുടെ മനക്കരുത്തും വിവേകവും, ശ്രദ്ധയുമാണ് എന്നെ ഈ നിലയിലാക്കിയത്. രാജവും അങ്ങനെ ശ്രദ്ധാലുവായ ഒരമ്മയായിരിക്കട്ടെ. എന്റെ മോളിൽ ഇപ്പോഴും വളർന്നുകൊണ്ടിരിക്കുന്ന സുഭാഷിന്റെ സർവ്വാംഗമായ ചൈതന്യം എന്നും സന്തോഷത്തിന്റെ പ്രദീപമായി തീരട്ടെ.

നാലാം തീയതി വരാം മോളേ, അമ്മയോട് എന്റെ സ്നേഹവചനം പറയൂ.

ഓം പ്രിയ നിത്യ.

വീട്ടിലെത്തിയ ഗുരുവിന്റെ കണ്ണ് നിറയുന്നത് ഞാൻ കണ്ടു. ആ പാദങ്ങളിൽ തൊട്ട് നമസ്ക്കരിച്ച് പൊട്ടിക്കരയാനല്ലാതെ ഒരക്ഷരം ശബ്ദിക്കാൻ എനിക്കു കഴിഞ്ഞില്ല.

ഗുരുവിന്റെ കണ്ണുനീർതുള്ളികൾ എന്റെ ശിരസ്സിൽ പതിച്ചു. ഒരു സന്ന്യാസി, പ്രിയപ്പെട്ട മകളുടെ വേദന ഉൾക്കൊള്ളുന്ന പിതാവായി മാറിയ അവിസ്മരണീയ നിമിഷം. ആ രാത്രി മുഴുവൻ ഗുരു ബേബിച്ചേട്ടന്റെ പ്രിയപ്പെട്ട പുസ്തകങ്ങൾ വെച്ചിട്ടുള്ള അലമാരയുടെ മുന്നിൽ ഇരുന്ന് 'മണികൾ മുഴങ്ങുന്നതാർക്കുവേണ്ടി' എന്ന ബേബിച്ചേട്ടനെഴുതിയ നാടകം വായിച്ചുകൊണ്ടിരുന്നു.

'മറക്കാൻ കഴിയാത്തവർ' എന്ന പുസ്തകത്തിൽ സ്വാമി അത് ഇങ്ങനെ കുറിച്ചിട്ടു:

"...സുഭാഷിനും അറിയാമായിരുന്നു. ജീവിതത്തിന്റെ മദ്ധ്യാഹ്നം വരെ പോലും പോകുവാൻ കഴിയാതെ വന്നേക്കുമെന്ന്. തനിക്കു പറയേണ്ടതെല്ലാം ഒരു നാടകരൂപത്തിൽ എഴുതിവെച്ചതു വായിച്ച ഞാൻ അന്തംവിട്ടിരുന്നുപോയി. എന്നാൽ അതേപ്പറ്റി സുഭാഷ് എന്റെ അഭിപ്രായം ആരായുകയോ, ഞാൻ പറയുകയോ ചെയ്തില്ല."

ദാമ്പത്യ ജീവിതം മധുരോദാരമായ മുന്തിരിച്ചാറു നിറച്ച സ്വർണ്ണച്ചഷകമാണെന്ന് വ്യാമോഹിച്ചതിന്റെ കനത്ത ആഘാതത്തിൽനിന്നുള്ള മോചനം എത്ര അകലെയെന്ന് എനിക്കു ബോധ്യമായി.

ഗുരു വീട്ടിൽനിന്ന് വിടപറഞ്ഞപ്പോൾ, എല്ലാം നഷ്ടപ്പെട്ട നിസ്സഹായാവസ്ഥയിൽ ഞാൻ മരവിച്ചിരുന്നു. ഒന്ന് ഉറക്കെ കരയാൻ പോലും കഴിഞ്ഞില്ല. മുന്നിൽ ശൂന്യത മാത്രം.

കർത്തവ്യങ്ങളിൽനിന്ന് ഓടിയൊളിക്കുവാനാവില്ലല്ലോ. ജോലിക്കു പോകണം, കുട്ടിയെ വളർത്തണം എന്നൊന്നും ചിന്തിക്കാനായില്ല. എത്രനാൾ ബേബിച്ചേട്ടന്റെ വീട്ടിൽ കഴിയും? പിന്നെ സ്വന്തം വീട്ടി

ലെത്തി. അവിടെയും ഞങ്ങളുടെ സാന്നിദ്ധ്യം പ്രശ്നങ്ങൾ സൃഷ്ടിച്ചു. ഞങ്ങൾ അധികപ്പറ്റാണെന്ന തോന്നൽ മനസ്സിനെ തളർത്തി. ഗുരു അല്ലാതെ എനിക്ക് മറ്റൊരാശ്രയം ഇല്ലായിരുന്നു. ബന്ധങ്ങളുടെ നിരർത്ഥകത ബോധ്യമായതിനാൽ ജീവിതം വെറുത്തു. മനസ്സിൽ തോന്നിയതെല്ലാം ഗുരുവിനെഴുതി; മനഃശാന്തിക്കുവേണ്ടി.

എന്റെ കത്തിന് ഇങ്ങനെയൊരു മറുപടി ഗുരുവിൽനിന്ന് കിട്ടി.

പ്രിയപ്പെട്ട രാജം,

വേദനയോടെ എഴുതിയ കത്ത് വായിച്ചു. അമ്മയ്ക്കും സുഗതനും തീരെ സുഖമില്ലാത്ത സ്ഥിതിയല്ലേ? ആ നിലയ്ക്ക് അവരിൽനിന്നു ഉണ്ടാകുന്ന അഹിതമായ വാക്കുകൾക്ക് അതർഹിക്കുന്ന പരിഗണനയോ, അർത്ഥമോ കൊടുക്കേണ്ട കാര്യമില്ല. എന്നാലും അതെല്ലാം പുണ്ണിൽതറച്ച മുള്ളുപോലെ അസഹനീയമായിരിക്കുമെന്ന് അറിഞ്ഞുകൊണ്ടുതന്നെ ഞാൻ പറയുകയാണ് - എല്ലാം സഹിക്കുക.

മകനെ ഇവിടെ ഒരു നല്ല സ്കൂളിൽ ചേർത്തുകൊണ്ടു രാജത്തിന് ഗുരുകുലത്തിൽ താമസിക്കാമായിരുന്നു. എന്നാൽ ബേബിക്കുള്ള ധൈര്യം രാജ്യത്തിനുണ്ടാകാൻ പ്രയാസമാണ്. സ്ത്രീയായി ജനിച്ചാൽ എന്തെല്ലാം പരാധീനത! വൈധവ്യം ഇന്നും നമ്മുടെ നാട്ടിൽ ശാപമാണ്.

സഹോദരനും പാർവ്വതി അമ്മയും കൂടി വളരെ സാഹസപ്പെട്ടുണ്ടാക്കിയതാണ് തോട്ടുമുഖത്തുള്ള ആ നല്ല സ്ഥാപനം. രാജം അവിടെ താമസിച്ചുകൊണ്ട് അതിന്റെ ഭരണകാര്യത്തിൽ സഹായിച്ചിരുന്നെങ്കിൽ എന്ന് ഞാൻ ആഗ്രഹിച്ചുപോവുകയാണ്. ബന്ധുക്കൾ ശത്രുക്കളായാൽ, അതിനെക്കാൾ വലിയ ഒരു നരകമില്ല. സാഹസമൊന്നും കാട്ടരുത്. മോൻ വേഗം വളർന്ന് എല്ലാം സുസ്ഥിതിയിലെത്തിക്കും. ഞാൻ എഴുതിയ ഈ നിർദ്ദേശങ്ങളെപ്പറ്റി സമാധാനമായിരുന്ന് ആലോചിച്ച് ഒരു തീരുമാനമെടുക്കുക.

ഞാനെപ്പോഴും രാജത്തിന്റെയും കുഞ്ഞിന്റെയും നന്മക്കായി കൂടെയുണ്ടെന്ന് വിശ്വസിക്കുക.

ഞാൻ മറുപടി പ്രതീക്ഷിക്കുന്നു.

എന്റെ രാജത്തിന് എല്ലാ സമാധാനവും ധൈര്യവും നേർന്നുകൊണ്ട്,

സ്നേഹപൂർവ്വം നിത്യ.

എനിക്ക് മകനെ പഠിപ്പിക്കാനുള്ള ക്ഷമ പലപ്പോഴും നഷ്ടപ്പെട്ടിരുന്നു. അതുകൊണ്ട് എന്റെ അയൽവാസിയായ ഒരു ചെറുപ്പക്കാരനോട് അവന് ട്യൂഷനെടുക്കുമോ എന്ന് ചോദിച്ചു.

"അതിനെന്താ ടീച്ചറേ, ഞാൻ അവനെ പഠിപ്പിക്കാമല്ലോ", സാറിന്റെ മറുപടി എനിക്ക് ആശ്വാസമേകി.

മകനും മാസ്റ്ററെ ഏറെ ഇഷ്ടമായി. ദിവസങ്ങൾ പിന്നിട്ടപ്പോൾ ചിലർക്ക് സംശയം, ഞങ്ങൾ തമ്മിൽ പ്രണയത്തിലാണോയെന്ന്.

എന്റെ സഹോദരനും ബേബിച്ചേട്ടനും ചേർന്ന് ഒരു കാർ വാങ്ങിയിരുന്നു. ബേബിച്ചേട്ടന്റെ മരണത്തോടെ, കാർ ഒരു പ്രശ്നമായി. അതിന്റെ ഉടമസ്ഥാവകാശം ജ്യേഷ്ഠത്തിയമ്മയുടെ പേരിലാക്കണമെന്ന ആവശ്യം ഞാൻ സസന്തോഷം സമ്മതിച്ചു. കാരണം, സി.സി. അടക്കാനുള്ള സാമ്പത്തിക സ്ഥിതി എനിക്ക് ഉണ്ടായിരുന്നില്ല.

കാറിന് വേഗം ടൂറിസ്റ്റ് പെർമിറ്റ് വാങ്ങിത്തരാമെന്ന് മുൻപറഞ്ഞ രാഷ്ട്രീയ നേതാവ് എനിക്ക് വാക്ക് തന്നിരുന്നു. പക്ഷേ, അദ്ദേഹം ഒന്നും പാലിച്ചില്ല.

കാർ വിട്ടുകൊടുത്തെങ്കിലും അത് ഓടിച്ചിരുന്ന ഡ്രൈവർ നല്ലവനായിരുന്നു. പല ആപൽഘട്ടങ്ങളിലും സഹായിയായി എത്തി. പക്ഷേ, എന്നെ ഏറെ തകർത്തത് ചില വിമർശനങ്ങളായിരുന്നു. ഡ്രൈവറും, ട്യൂഷൻ മാസ്റ്ററുമെല്ലാം എന്റെ കാമുകന്മാരാണെന്ന് ദുഷ്പ്രചാരണം. ഞാനറിയുന്ന വ്യക്തികളും കുടുംബക്കാരിൽ ചിലരുമായിരുന്നു ഈ കിംവദന്തികൾക്കു പിന്നിൽ.

ഒരു ദിവസം അച്ഛൻ എന്നോട് ചോദിച്ചു:

"രാജം, നിനക്ക് വേറെ വിവാഹം കഴിക്കണോ? പറയൂ."

അച്ഛന്റെ ചോദ്യം തികച്ചും ന്യായം.

ഞാൻ പറഞ്ഞു: "അച്ഛാ വേണ്ട. ഒരു വിവാഹത്തോടെ എന്റെ ജീവിതത്തിലെ കൊതിയും, മതിയും കെട്ടു. ബേബിച്ചേട്ടന്റെ സ്ഥാനത്ത് ഈ ജന്മം മറ്റൊരാളെ സങ്കല്പിക്കാൻ എനിക്കാവില്ല. ദയവു ചെയ്ത് എന്നെ വെറുതെ വിടൂ."

അച്ഛന് എന്നോട് സ്നേഹമുണ്ടായിരുന്നു. ഞാൻ പറഞ്ഞതിന്റെ പൊരുൾ ഉൾക്കൊള്ളാനായി. തെറ്റിദ്ധരിച്ചില്ല.

എന്നാൽ, അപവാദങ്ങളെക്കുറിച്ചറിഞ്ഞ ട്യൂഷൻ മാസ്റ്റർ പറഞ്ഞു: "ടീച്ചറേ, വിദ്യാഭ്യാസമുള്ളവരാണെങ്കിലും വിവരമില്ലാത്തവരാണ് നിങ്ങളുടെ ബന്ധുക്കൾ കഷ്ടം!"

തെരഞ്ഞെടുപ്പ് കഴിഞ്ഞെങ്കിലും അതിന്റെ പ്രത്യാഘാതങ്ങൾ എന്നെ വേട്ടയാടി.

ഒരു ദിവസം സ്ഥലത്തെ പ്രമുഖനായ ഒരു ഹോമിയോ ഡോക്ടറുടെ കത്ത് വന്നു.

"പ്രിയ ടീച്ചർ,
സുഭാഷ്ചന്ദ്രന്റെ ഇലക്ഷൻ പ്രചരണത്തിന്റെ ഭാഗമായി പാർട്ടി പ്രവർത്തകർ എന്റെ വീടിന്റെ മുന്നിലുള്ള മതിലിൽ നിറയെ, വോട്ടു ചെയ്യുക എന്ന അഭ്യർത്ഥനയോടെ പരസ്യം പെയിന്റ് ചെയ്തുവച്ചിരിക്കുന്നു. അത് ദയവായി വൈറ്റ് വാഷ് ചെയ്തുതരണമെന്ന് അഭ്യർത്ഥിക്കുന്നു."

ബേബിച്ചേട്ടൻ മരിച്ച് ഒരുമാസം കഴിയുന്നതിന് മുൻപ് എനിക്ക് കിട്ടിനതാണ് ഈ കത്ത്.

അഭ്യർത്ഥന നിരസിച്ചില്ല.

അതോടെ രാഷ്ട്രീയം എന്ന് കേൾക്കുന്നതേ എനിക്കു വെറുപ്പായി. രാഷ്ട്രീയക്കാരെ മനസ്സ് മടുത്ത് ചില അമ്മമാർ പ്രാകുന്നത് ഞാൻ കേട്ടിട്ടുണ്ട്. അവരുടെ മക്കൾ കൊല്ലപ്പെട്ടപ്പോൾ, സഹിക്കാനാവാത്ത നൊമ്പരം ജീവിതത്തെ തകർത്തപ്പോൾ ഒക്കെയാണ് ഇത്തരം ശാപവാക്കുകൾ പറഞ്ഞുപോകുന്നത്. അത് ചിലപ്പോൾ ഫലിക്കുകയും ചെയ്യും. അവർക്ക് ഒരു രംഗത്തും ശോഭിക്കാനാവില്ല എന്നതാണ് സത്യം. ജീവിതാന്ത്യം വരെ അത് പിന്തുടരുകയും ചെയ്യും.

ഒരു ദിവസം കുറച്ച് അപരിചിതർ വീട്ടിലെത്തി. ഉമ്മറത്തിരിക്കുന്ന എന്റെ അച്ഛനോട് പറഞ്ഞു:

"സാറേ, ഒരു സംഭാവനയ്ക്ക് വന്നതാ. തെരഞ്ഞെടുപ്പിൽ പരാജയപ്പെട്ട സുഭാഷ്ചന്ദ്രൻ മരണമടഞ്ഞതോടെ, അദ്ദേഹത്തിന്റെ ഭാര്യയും കുഞ്ഞും സാമ്പത്തികമായി വളരെ ഞെരുക്കത്തിലാണ്. അതുകൊണ്ട് അവരെ സഹായിക്കാൻ സന്മനസ്സുള്ള നിങ്ങളുടെയെല്ലാം സഹകരണം പ്രതീക്ഷിക്കുന്നു. അതിനുള്ള ഫണ്ട് ശേഖരിക്കുകയാണ് ഞങ്ങൾ."

"അത് ശരി, ഇക്കാര്യം ഞങ്ങൾ അറിഞ്ഞില്ല." അടുക്കളയിലായിരുന്ന എന്നെ അച്ഛൻ വിളിച്ചു. കാര്യമറിയാതെ ഞാൻ അടുത്തെത്തിയപ്പോൾ അച്ഛൻ ആഗതരോട് പറഞ്ഞു:

"ഈ നിൽക്കുന്നത് ആരെന്ന് അറിയുമോ? മരിച്ചുപോയ സുഭാഷ്ചന്ദ്രന്റെ ഭാര്യ രാജം. അദ്ധ്യാപികയാണ്. എന്റെ മകൾ. ഇവളുടെയും കുട്ടിയുടെയും കാര്യങ്ങൾ നോക്കുന്നത് ഞാനാണ്. ഇങ്ങനെ ഒരു പിരിവ് നടത്താൻ നിങ്ങളെ അധികാരപ്പെടുത്തിയത് ആരെന്ന് അറിയണം."

എന്നെക്കണ്ട് അന്ധാളിച്ച പ്രവർത്തകർ ഒരക്ഷരം പോലും ഉരിയാ

ടാതെ മടങ്ങി. അതാണ് രാഷ്ട്രീയത്തിന്റെ മറ്റൊരു മുഖം.

ഞങ്ങൾക്കുവേണ്ടി പണപ്പിരിവ്! എനിക്കുമടുത്തു. മാനഹാനി. ഞാൻ കാരണം പിന്നെയും പ്രശ്നങ്ങൾ അകത്തും പുറത്തും.

സ്കൂളിൽ എനിക്ക് പഠിപ്പിക്കാൻ ഏകാഗ്രത കിട്ടിയില്ല. പ്രാർത്ഥനകൾ ഫലം കണ്ടില്ല. മകനെ, ഗുരുവിനെ ഏല്പിക്കാം. പിന്നെ ജീവിക്കുന്നതെന്തിന്. ആശിക്കാനൊന്നുമില്ല. എല്ലാം അവസാനിപ്പിക്കാമെന്ന തീരുമാനത്തോടെ, ഞാൻ ഗുരുവിന് കത്തെഴുതി. മറ്റൊരു പോംവഴിയും കണ്ടെത്താനായില്ല.

അതിന് ഗുരു ഇങ്ങനെ നിർദ്ദേശിച്ചു:

നാരായണ ഗുരുകുലം
ഫേൺ ഹിൽ
മാർച്ച് 8–1980

പ്രിയപ്പെട്ട രാജം

സസ്നേഹം അയച്ച, ഗൗരവമായ കത്ത് കിട്ടി. ആരുടെയും ജീവനും മരണവും നമ്മുടെ കൈയിലുള്ള കാര്യമല്ല. മരണം എപ്പോൾ ആർക്കു വരുമെന്ന് നിശ്ചയിച്ചുകൂടാ. യാതൊരു കാരണവശാലും സ്വന്തം ജീവന് മനഃപൂർവ്വം അറുതിവരുത്തരുത്.

പ്രിയേന്ദുവിന്റെ അച്ഛൻ നഷ്ടപ്പെട്ടു. അവന്റെ അമ്മ കൂടി നഷ്ടപ്പെടാൻ ഒരിക്കലും ഇടവരുത്തരുത്. രാജം അവനുവേണ്ടി ജീവിച്ചിരിക്കണം. എത്ര തന്നെ ദുഃഖം അരിച്ചുതിന്നാലും.

മോനെ വർക്കല ഗുരുകുലത്തിൽ താമസിപ്പിച്ചുകൊണ്ട് സെൻട്രൽ സ്കൂളിൽ അയക്കുന്നതിനെപ്പറ്റി ആലോചിക്കണം. അതിൽ നല്ലതും, ചീത്തയും ചിന്തിക്കാനുണ്ട്. നല്ലത് മോന് ഗുരുകുലത്തിലെ ബഹുവിധമായ ആശയങ്ങളും വീക്ഷണങ്ങളും ചെറുതിലേ ഉണ്ടാവും. പുസ്തകങ്ങളെ സ്നേഹിക്കാനും എഴുതാനും വായിക്കാനും പരിചയമുണ്ടാകും. ദോഷം– അമ്മയിൽനിന്ന് നിരന്തരമായി കിട്ടേണ്ട സ്നേഹം കിട്ടാതെ മാനസികമായ തളർച്ചയും, അതുകൊണ്ടുണ്ടാകുന്ന ചില വൈകാരികമായ കോട്ടങ്ങളും ഉണ്ടാകും. രാജത്തിന്റെ കൂടെത്തന്നെ മോൻ താമസിച്ചുകൊണ്ട് അടുത്തുള്ള നല്ല സ്ക്കൂളിൽ പഠിക്കാനാണ് പരിപാടിയിടേണ്ടത്. ബേബിക്കുട്ടനിലും രാജത്തിലും ഉള്ള അത്രതന്നെ താല്പര്യം എനിക്കു പ്രിയേന്ദുവിന്റെ ഭാവിയെപ്പറ്റിയുമുണ്ട്. രാജത്തിനും, മോനും ആരുടെയും സഹതാപം വേണ്ടെന്നുള്ളതെനിക്കറിയാം.

എന്നാൽ, സഹായം ആവശ്യമാണ്.

ഈ കാലത്ത് ഉള്ള ജോലി നഷ്ടപ്പെടുത്തിയാൽ വേറെ ജോലി കിട്ടാൻ പ്രയാസമാണ്. സുഗതന് സുഖമില്ലാതെയിരിക്കുമ്പോൾ, രാജം കൂടി അവിടെ ദുഃഖിതയായി ജീവിക്കുന്നത് അച്ഛനമ്മമാർക്ക് വളരെ പ്രയാസമുണ്ടാക്കുമെന്ന് എനിക്കറിയാം.

സ്ക്കൂൾ അടയ്ക്കുമ്പോൾ രാജം മോനുമായി ഇവിടെ വന്ന്, എന്റെ കൂടെ സ്കൂൾ തുറക്കുന്നതുവരെ, താമസിക്കാൻ ഞാൻ നിർബന്ധിക്കുന്നു. അപ്പോൾ എല്ലാ കാര്യവും നമുക്ക് സംസാരിച്ച്, ഇനിയും കരണീയമായിട്ടുള്ളത് ആലോചിച്ച് തീരുമാനിക്കാം. വരാതിരിക്കരുത്. അവിവേകം ഒന്നും കാണിക്കയുമരുത്.

രാജത്തിന് ഇങ്ങോട്ടു വരുന്നതിന് ആരെയെങ്കിലും അയച്ചുതരണമെങ്കിൽ ഞാൻ ആളെ അയക്കാം. മോന്റെ ഭാവിയെ ഓർത്ത് വിഷമിക്കരുത്. ബേബിക്കുട്ടനു വേണ്ടി ഞാൻ ചെയ്യുമായിരുന്നതെല്ലാം മോനു വേണ്ടിയും ചെയ്യുമെന്ന് പ്രത്യേകം പറയേണ്ടതില്ലല്ലോ.

രാജവും, മോനും വരുമെന്ന് തന്നെ ഞാൻ പ്രതീക്ഷിക്കുന്നു. അച്ഛനോടും അമ്മയോടും എന്റെ സ്നേഹം നിറഞ്ഞ നമസ്ക്കാരം പറയണം.

സ്നേഹപൂർവ്വം, നിത്യ.

ഗുരുവിന്റെ കത്ത് കണ്ണീരോടെ വായിച്ചു, പലതവണ. എന്നെ ഗുരു അറിയുന്നു. അതുമാത്രം മതിയെനിക്ക്. എനിക്ക് 'ഗുരുവുണ്ട് കൂടെ' എന്ന ഒറ്റ വാക്ക് ആത്മധൈര്യം പകർന്നു. തകർന്നടിഞ്ഞ ആത്മവിശ്വാസം തിരികെ കിട്ടിയതുപോലെ തോന്നി. തളരരുത്, പൊരുതണം. ഞാൻ എന്റെ മനസ്സിനോട് പറഞ്ഞുകൊണ്ടേയിരുന്നു. ഗുരു മാർഗ്ഗദീപമായി മുന്നിലുണ്ട്. പേടിക്കേണ്ട.

ഞാൻ ഗുരുവിന് മറുപടി അയച്ചു. മറുപടി ഉടൻ എത്തി.

പ്രിയപ്പെട്ട രാജം

സ്നേഹപൂർവ്വം അയച്ച കത്ത് കിട്ടി. എഴുതി അയച്ച വാക്കുകളെ, എന്റെ പൊന്നുമോൾ അതർഹിക്കുന്ന ഗൗരവത്തിൽ തന്നെ മനസ്സിലാക്കി, സ്വീകരിച്ചു എന്നറിയുന്നതിൽ അതിയായി സന്തോഷിക്കുകയും, നിറഞ്ഞ കണ്ണുകളോടെ ഞാൻ അഭിനന്ദിക്കുകയും ചെയ്യുന്നു. മേയ് മാസത്തിൽ മോനേയും കൊണ്ട് രാജം വരുമെന്നറിയുന്നതിൽ ഞാൻ അതിയായി സന്തോഷിക്കുന്നു. അതിനായി കാത്തിരിക്കുകയും ചെയ്യുന്നു.

മോന്റെ നെറ്റി മുറിഞ്ഞതു പൊറുത്തില്ലേ. മുറിവ് നല്ലതല്ലെങ്കിലും കുഞ്ഞുങ്ങൾക്ക് കുസൃതിയുണ്ടായിരിക്കുന്നത് നല്ലതാണ്. അതാണ് അവരുടെ Personality ആകാനുള്ള Rawmaterial.

മാർച്ച് 19-1980 *ക്ഷേമാശംസകളോടെ,*
പ്രിയ നിത്യ.

മദ്ധ്യവേനൽ അവധിക്കാലത്ത് ഗുരുവിന്റെ അടുത്തെത്താൻ കൊതിയായി. എന്നാൽ, അതിനും ദുർവ്യാഖ്യാനങ്ങൾ ഉണ്ടായി.

"എന്തേ, ഈ ഗുരുവിന് സുഭാഷ്ചന്ദ്രന്റെ ഭാര്യയോടും കുഞ്ഞിനോടും മാത്രം ഇത്രയ്ക്ക് അനുകമ്പ? അവര് ചെറുപ്പമായത് കൊണ്ടാവാം. അത്രയ്ക്ക് ദയ എന്തേ സുഭാഷിന്റെ അമ്മയോട് തോന്നാത്തത്."

ചോദ്യം ഉന്നയിച്ചവരെ ഞാൻ പരാമർശിച്ചില്ല. എന്നാൽ, എന്റെ സാന്നിധ്യം ഗുരുവിന്റെ സൽപ്പേരിന് കളങ്കമുണ്ടാക്കുമോ എന്ന് ഞാൻ ഭയന്നു. അതുകൊണ്ട് ദുർവ്യാഖ്യാനങ്ങളുടെ അലയടികളെക്കുറിച്ച് ഞാൻ ഗുരുവിനെ അറിയിച്ചു.

ഗുരു എഴുതി:

മോളേ, സ്നേഹപൂർവ്വം അയച്ച കത്ത് കിട്ടി. മാവിന്റെ പഴം പഴുക്കുമ്പോൾ മധുരിക്കും. കാഞ്ഞിരത്തിന്റെ പഴം കയ്ക്കും. അതുപോലെ ഓരോരുത്തരുടെയും സംസ്ക്കാരത്തിനനുസരിച്ച് ചിന്തിക്കുകയും, പറയുകയും പെരുമാറുകയും ചെയ്യും. അതെല്ലാം ലോകസഹജമെന്നു വിചാരിച്ചു മനസ്സടക്കി, കാലുതളർന്നു വീഴുന്നതുവരെ നന്മയിലേക്ക് തന്നെ നടക്കണം. വെറുതെ മനസ്സിനെ വേദനിപ്പിക്കരുത്. വരേണ്ട ആപത്തു വന്നു കഴിഞ്ഞു. അതിലും വലുതായി ഇനി ഒന്നും വരാനില്ല. അതുകൊണ്ട് ധൈര്യമായിരിക്കൂ.

മോനെ, നല്ല സ്കൂളിലാക്കിയതു സന്തോഷമായി. മോന് എന്റെ വാത്സല്യവും അനുഗ്രഹവും പറയുക.

സ്നേഹപൂർവ്വം
നിത്യ.

മകൻ സ്കൂളിൽ പോയി തുടങ്ങി. 'സെന്റ് ഡോമിനിക്ക് സ്കൂൾ.' നല്ല അദ്ധ്യാപികമാർ. എന്നാൽ, ക്ലാസ്സിൽ പഠിപ്പിക്കുന്നതൊന്നും എഴുതാൻ അവൻ കൂട്ടാക്കിയില്ല. നിറയെ സംസാരം. അച്ഛനില്ലാത്ത കുട്ടി

യല്ലേ എന്ന പരിഗണന കൂടിയായപ്പോൾ വികൃതിയേറി. കുട്ടികൾ മാതാപിതാക്കളോടൊത്തു വരുമ്പോൾ ആ കുരുന്ന് മനസ്സിലെ നൊമ്പരത്തിന്റെ മർമ്മരങ്ങൾ പ്രതിഷേധമായി ഉയർന്നു.

അതിനും ഗുരു എനിക്കു മറുപടി തന്നു.

ഇന്ദുമോൻ സംസാരപ്രിയനായതുകൊണ്ടാണ് എഴുതാൻ മടി കാണിക്കുന്നത്. കേൾവി sensory systemത്തിനോടും, എഴുത്ത് motor systemത്തിനോടും ചേർന്നതാകയാൽ അതിന് രണ്ടിനും കൂടി കോർഡിനേഷൻ ഉണ്ടാക്കികൊടുക്കണം. ഉറച്ചുപറഞ്ഞുകൊണ്ട് പല പ്രാവശ്യം ഒരു വാക്ക് എഴുതാൻ കുറച്ചു നിർബന്ധം ചെലുത്തണം. നേരത്തെ ഉറങ്ങിക്കൊള്ളട്ടെ. കാലത്ത് അഞ്ചര മുതൽ 6 വരെ ഉണർത്തികൊണ്ടിരിക്കണം. അമ്പലത്തിൽ പോകാൻ നിർബന്ധിക്കേണ്ട.

എനിക്ക് ആശ്വാസമായി. മകനെ തല്ലരുതെന്നും പരിഹസിക്കരുതെന്നും സ്വാമി പറയുമായിരുന്നു. കുഞ്ഞുങ്ങൾക്കും വ്യക്തിത്വമുണ്ടെന്നും, അത് മാനിക്കണമെന്നും മനസ്സിലാക്കിത്തന്നു. കുട്ടികൾക്കും ഒരു മനസ്സുണ്ട്. അത് മുതിർന്നവർ അറിഞ്ഞോ, അറിയാതെയോ വിഷലിപ്തമാക്കുന്നു. കുഞ്ഞുങ്ങളിലെ നിഷ്കളങ്കത, ദൈവികതയൊക്കെ ഞാൻ മനസ്സിലാക്കിയത് ഗുരുവിന്റെ വചനങ്ങളിലൂടെയാണ്.

മധ്യവേനൽ അവധിയായി. എനിക്ക് ഗുരുവിന്റെ അടുത്തെത്തണമെന്നുണ്ട്. എന്നാൽ വഴി അറിയില്ല. ആ വിവരം ഗുരുവിനെ അറിയിച്ചു.

പ്രിയ രാജം

എത്ര സന്തോഷമുള്ള കാര്യം. രാജം മകനേയും കൊണ്ട് നിശ്ചയമായും വരണം. ശ്രീകുമാറിനേയും കൂട്ടി വന്നാൽ മതി. പുലർച്ചയ്ക്ക് കോയമ്പത്തൂർ വഴി വരുന്ന ഒരു വണ്ടി, കൊച്ചിയിൽനിന്നും രാത്രി പുറപ്പെടും. അതിൽ വന്നിട്ട് ഓട്ടോറിക്ഷയിൽ കോയമ്പത്തൂർ ബസ്സ്സ്റ്റാൻഡിലെത്തിയാൽ ഊട്ടി ബസ്സ് കിട്ടും. മൂന്നു മണിക്കൂർ ബസ്സിലിരിക്കണം. ഊട്ടി ബസ്സ്സ്റ്റാൻഡിൽനിന്നും ഫേൺ ഹിൽ മഞ്ഞിനിക്കര നാരായണ ഗുരുകുലമെന്ന് പറഞ്ഞാൽ ഓട്ടോറിക്ഷക്കാരൻ കൊണ്ടുവിടും. മനസ്സിലായില്ലെങ്കിൽ 'ഗുരുകുല ആശ്രമമഠം' എന്നുകൂടി പറയണം.

വന്നിട്ട് പോകണമെന്ന് തോന്നിയാൽ, തോന്നുമ്പോൾ മാത്രം പോയാൽ മതി. കൂട്ടിക്കൊണ്ടുവരാൻ ഞാൻ പറവൂരെ രാധടീച്ചറെ വേണമെങ്കിൽ അയക്കാം. അവരുടെ കൂടെ വന്നാൽ ഒരു ദിവസം പാല

ക്കാട് ഇന്ദിരയുടെ ഗുരുകുലത്തിൽ താമസിച്ചു വരാം. അപ്പോൾ മോന് വലിയ ക്ഷീണം കാണുകയില്ല. പറവൂര് രാധയ്ക്കും ഒരു ഗുരുകുലമുണ്ട്. രാധയുടെ വിലാസം Miss Radha Pillai, EESAVASIUM (ഈശാവാസ്യം) North Paravor. രാധയ്ക്ക് ഞാൻ എഴുതാം, രാജത്തെ കൂട്ടി വരാൻ. നിങ്ങൾ തമ്മിൽ കാണുന്നത് നല്ലതാണ്. ചിലപ്പോൾ രാജത്തിനും മോനും 'ഈശാവാസ്യ'ത്തിൽ താമസിക്കാം. വേഗം മറുപടി അയക്കണം. ഇവിടിപ്പോൾ മണിയുടെ അമ്മ, ജ്യോതി, ലതാമണി, നാൻസി എന്നിവർ സ്ത്രീകളായിട്ടുണ്ട്.

സ്നേഹപൂർവ്വം
നിത്യ.

ഒരു മുത്തശ്ശന്റെ വാത്സല്യത്തോടെയുള്ള കത്ത്. എന്റെ ജീവിതത്തിൽ ഇത് ആദ്യാനുഭവം. എല്ലാവർക്കും ദുശ്ശകുനമായി മാറിയ എന്നെയും മകനേയും സ്നേഹത്തിന്റെ തിരിനാളവുമായി ഗുരു മാടിവിളിക്കുകയാണ്.

ഞാൻ മറ്റൊന്നും ആലോചിച്ചില്ല. രാധച്ചേച്ചിയോടൊന്നിച്ച് ഗുരുകുലത്തിൽ എത്തി. പോകുന്നതിനെ ചിലരൊക്കെ എതിർത്തു. ഞാൻ വകവെച്ചില്ല. എല്ലാവരുടെയും ഇഷ്ടത്തിനൊത്തു നീങ്ങുന്നതാണ് അപകടമെന്ന് അനുഭവങ്ങൾ പഠിപ്പിച്ചു തുടങ്ങിയ കാലം. ഗുരു നേരിന്റെ വഴി കാട്ടിത്തന്നുകൊണ്ടിരുന്നു.

ഫേൺ ഹില്ലിൽ എത്തിയപ്പോൾ ഗുരു ഞങ്ങൾക്കായി ഭക്ഷണം തയ്യാറാക്കുകയാണ്. മാത്രമല്ല, യാത്ര ചെയ്തു വരുമ്പോൾ പ്രിയേന്ദുറിന് പനി വരുമെന്നും, അതിനൊരു ചെറിയ കഷായം തയ്യാറാക്കിയിട്ടുണ്ടെന്നും ഗുരു പറഞ്ഞു.

ഇങ്ങനെയൊരു കരുതൽ ഞാൻ പ്രതീക്ഷിച്ചിരുന്നതേയില്ല. സ്നേഹമാണ് ഈശ്വരനെന്ന് ഗുരു കാട്ടിത്തരുകയായിരുന്നു.

അവിടത്തെ അന്തേവാസികൾക്കൊപ്പം കഴിഞ്ഞപ്പോൾ എന്റെ ഭ്രാന്ത് പിടിച്ച മനസ്സിന് അല്പം ആശ്വാസം ലഭിച്ചുതുടങ്ങി.

പ്രിയേന്ദുവാകട്ടെ ആഹ്ലാദത്തോടെ, എല്ലാവരുമായി വളരെ വേഗം ഇണങ്ങി. ഏവരുടെയും കണ്ണിലുണ്ണിയായി.

പകൽസമയത്ത് ഞാൻ കണ്ണടച്ചുകിടക്കുന്നത് കാണുന്നത് അവന് ഭയമായിരുന്നു. ഉറങ്ങാൻ സമ്മതിക്കില്ല.

വിളിച്ചിട്ട് ഉണരാതെ അച്ഛൻ മറഞ്ഞതുപോലെ അമ്മയും ഉറക്ക

ത്തിൽ മരിച്ചുപോകുമോ എന്നായിരുന്നു അവന്റെ ഭയം. അതുകൊണ്ടുതന്നെ മകൻ ഉറങ്ങാതെ എനിക്ക് ഉറങ്ങാൻ കഴിയുമായിരുന്നില്ല. എന്റെ കണ്ണീർ അവനെ വല്ലാതെ വേദനിപ്പിച്ചിരുന്നു. അതുകൊണ്ട് കരയാതിരിക്കാൻ ഞാൻ ശീലിച്ചു. പിന്നെ ഒന്ന് ഉറക്കെ കരയണമെന്ന് ആശിച്ചാലും അതിനു കഴിയാതായി. കണ്ണുനീർപോലും വറ്റിയ അവസ്ഥ.

രാവിലേയും വൈകീട്ടുമുള്ള പ്രാർത്ഥനാവേളയിൽ ഗുരു പ്രഭാഷണം നടത്തും. ഗുരു ഒരിക്കലും എന്റെ പ്രശ്നങ്ങളെക്കുറിച്ച് ചോദിച്ചില്ല. വിശദമായി സംസാരിക്കാമെന്ന് പറഞ്ഞിരുന്നെങ്കിലും ഒന്നും സംസാരിച്ചില്ല. എന്റെ പതറിയ മാനസികാവസ്ഥ ഗുരു എന്നേ തിരിച്ചറിഞ്ഞിരിക്കുന്നു.

ഒരു ദിവസത്തെ പ്രഭാഷണം, വ്യത്യസ്തതയുള്ള ഒരു വിഷയമായിരുന്നു. എന്നാൽ ഞാൻ അനുഭവിക്കുന്ന വ്യാകുലതകൾക്കുള്ള പ്രത്യൗഷധം ഗുരുവിന്റെ പ്രഭാഷണത്തിലുണ്ടായിരുന്നു. ഞാൻ പൊട്ടിക്കരഞ്ഞു. അതുവരെ ഒന്ന് ഉറക്കെ കരയാനാവാതെ മരവിച്ച മനസ്സായിരുന്നു എന്റേത്. പ്രഭാഷണത്തിന്റെ ദിവ്യാനുഭൂതിയിലൂടെ അന്തരാത്മാവിലേക്ക് പ്രവേശിക്കുന്ന അറിവിന്റെ ചൈതന്യം ജ്ഞാനത്തിന്റെ പൊരുളായി, ആന്തരികശക്തിയായി വർത്തമാനകാലത്തിലേക്ക് പ്രവേശിക്കാനുള്ള കരുത്തുപകർന്നു തന്നു.

പ്രക്ഷുബ്ധമായ കടൽ ശാന്തമാകുന്നതു പോലെ പ്രശ്നസങ്കീർണ്ണമായ ചിന്തകൾ എന്റെ മനസ്സിൽനിന്ന് അകന്നു. മനസ്സ് ശാന്തമായി.

അന്ന് ഞാൻ സ്വസ്ഥമായി ഉറങ്ങി, മണിക്കൂറുകളോളം. പ്രിയേന്ദുവിന്റെ കാര്യങ്ങൾ ജ്യോതി നോക്കിയതൊന്നും അറിഞ്ഞതേയില്ല.

ഗുരുവിനോടൊത്ത് ഗുരുകുലത്തിൽ കഴിഞ്ഞിരുന്ന ഒരു ദിവസം. വൈകീട്ട്, കുട്ടികളേയും അന്തേവാസികളേയും കൂട്ടി ഗുരു നടക്കാനിറങ്ങും. യൂക്കാലിപ്സ് മരങ്ങൾക്കിടയിലൂടെ, ചെമ്മൺപാതകളിലൂടെ, ചെറുകുന്നുകളിലൂടെ, താഴ്വരകളിലൂടെയെല്ലാം യാത്ര തുടരും. വഴിയിൽ കാണുന്ന ഒട്ടേറെ സസ്യജാലങ്ങളുടെ പ്രത്യേകതകളെക്കുറിച്ചും, ഷഡ്പദങ്ങളേക്കുറിച്ചുമെല്ലാം സംസാരിക്കും. വൃക്ഷങ്ങൾ ധ്യാനിക്കുന്നത് കാട്ടിത്തരും. ഒരിലപോലും അനങ്ങാതിരിക്കുന്ന കാഴ്ച നമ്മെ വിസ്മയസ്തബ്ധരാക്കും.

ഇതിനിടെ, ഗുരു ഒരു ചെറുകുന്ന് കയറിത്തുടങ്ങി. പെട്ടെന്ന് "ഇന്ദുമോനേ, നീയെന്നെ ഒന്ന് തള്ളിക്കയറ്റൂ, മുകളിലേക്ക് കയറാൻ കഴിയു

ന്നില്ല" എന്നു പറഞ്ഞു.

അതു കേൾക്കേണ്ട താമസം നാലു വയസ്സുള്ള പ്രിയേന്ദു അടുത്തെത്തി, സർവ്വശക്തിയുമെടുത്ത് ഗുരുവിനെ തള്ളിക്കയറ്റാനുള്ള പരിശ്രമം തുടങ്ങി. പക്ഷേ, ഗുരു ഒരടി മുന്നോട്ട് നീങ്ങുന്നില്ല. കലികയറിയ അവൻ പരിഭവത്തോടെ പറഞ്ഞു.

"ഈ ഗുരു പരിപ്പും, നെയ്യും, ചോറുമെല്ലാം തിന്നിട്ട് എന്താ ഒരു തടി? എന്റെമ്മോ... തള്ളിയിട്ട് ഒരു തരി നീങ്ങുന്നില്ല."

ഗുരു പതുക്കെ മുന്നോട്ട് നീങ്ങി "ഏലാം, ഐലസാം" എന്ന് പറഞ്ഞു പ്രിയേന്ദു പിന്നാലെ.

പെട്ടെന്ന് ഗുരു തിരിഞ്ഞുനിന്ന് മകനോട് പറഞ്ഞു.

"ഇനി മുതൽ മോനും ചോറും പരിപ്പും നെയ്യുമൊക്കെ തിന്നണം. എന്നാലേ ശക്തി ഉണ്ടാവൂ. എന്താ തിന്നുമോ?"

"ആ... തിന്നാം", എല്ലും തോലുമായ അവൻ തലകുലുക്കി സമ്മതിച്ചു. ഭക്ഷണത്തോട് സ്വതേ താല്പര്യമില്ലാത്തവനായിരുന്നു അവൻ. എന്നാൽ, ഈ സംഭവത്തിനുശേഷം ചോറിൽ പരിപ്പും നെയ്യും ഒഴിച്ചു വിളമ്പിക്കൊടുത്താൽ വേണ്ടെന്ന് പറയില്ല. ബലവാനാകാൻ ഉത്സാഹത്തോടെ തിന്നാൻ തുടങ്ങി. ഗുരുവിനെ തള്ളി കുന്ന് കയറ്റിയതിന്റെ സ്മരണയാവാം ആ ബാലമനസ്സിനെ സ്വാധീനിച്ചതെന്ന് ഞാൻ കരുതുന്നു.

ഒരു ദിവസം ഫേൺ ഹിൽ ഗുരുകുലത്തിന്റെ താഴ്വരയിലൂടെ പോസ്റ്റ്മാൻ വരുന്നത് കണ്ടപ്പോൾ ഗുരു പറഞ്ഞു:

"അതാ... എന്റെ ദൈവം വരുന്നു." എല്ലാവരും ആകാംക്ഷയോടെ നോക്കി. അത് ദൈവമോ? എന്താ ഗുരു പറയുന്നത്. പോസ്റ്റ്മാനെ തിരിച്ചറിയാനാവുന്നില്ലേ? ചിലർ അങ്ങനെ ചിന്തിച്ചു.

ഗുരു തന്നെ അതിന് മറുപടിയും നൽകി: "ആ ദൈവം പണം കൊണ്ടുവന്നു തന്നാലേ നമ്മുടെ അടുക്കളയിൽ തീ പുകയുകയുള്ളു. അന്നം തരുന്നവനല്ലേ ദൈവം?"

"ഇല്ല ദാരിദ്ര്യാർത്തിയോളം, വലുതായിട്ടൊരാർത്തിയും"എന്ന കുചേലവൃത്തം വഞ്ചിപ്പാട്ടിലെ വരികൾ ഓർത്തുപോയി.

ഗുരു എഴുതുന്നതിന്റെ റോയൽറ്റിയും മറ്റ് സംഭാവനകളുമാണ് ദൈവദൂതനായി പോസ്റ്റ്മാൻ ഇടയ്ക്കിടെ എത്തിച്ചിരുന്നത്.

ഗുരുകുലവാസത്തിനിടെ അനവധി പുസ്തകങ്ങൾ വായിച്ചു. പലയിടങ്ങളിലും ഗുരു ഞങ്ങളെയെല്ലാം കൊണ്ടുപോയി. ബൊട്ടാണിക്കൽ ഗാർഡനും കുന്നൂറും മലയിടുക്കും മൂടൽമഞ്ഞും കൊച്ചരുവികളും

പാവങ്ങളുടെ കുടിലുകളുമെല്ലാം ഞങ്ങൾ കണ്ടു. കുടിലുകളിൽ ഉള്ള വരെല്ലാം ഗുരു എത്തിയപ്പോൾ ഓടിയെത്തി. അവരോടൊത്ത് കൃഷി യിടങ്ങൾ സന്ദർശിച്ചു. അവർ തന്ന പച്ചക്കറികൾ സ്വാദേറിയ വിഭവ ങ്ങളായി.

തിരികെ പോരാൻ തോന്നിയതേയില്ല. വേർപാട് വേദനാജനകമാ ണെങ്കിലും ഇനിയും വരാമെന്ന പ്രത്യാശയോടെ മടങ്ങി.

നാട്ടിലെത്തി. വർഷങ്ങൾ കടന്നുപോയി. ഇതിനിടയിൽ ഒരു വിധവ എന്ന പേരിൽ ഒട്ടേറെ വിഷമതകൾ നേരിടേണ്ടി വന്നു. മംഗളകർമ്മ ങ്ങളിൽ നിന്നെല്ലാം ചിലർ എന്നെ അകറ്റിനിർത്തി. ആഡംബരങ്ങ ളിൽനിന്ന് നിഷ്കാസിതയാക്കി. കണികാണുന്നത് പോലും ദുശ്ശകു നം. അവഗണനകൾ എറെ സഹിച്ചു. എങ്കിലും മനസ്സിന്റെ കരുത്ത് നഷ്ടപ്പെടാതെ നിൽക്കാൻ ഗുരു എന്നെ തയ്യാറാക്കിക്കഴിഞ്ഞിരുന്നു.

വിധവയായ സ്ത്രീയെ, അവൾ ചെറുപ്പമാണെങ്കിൽ ചൂഷണം ചെയ്യാൻ സമൂഹം മടിക്കില്ലെന്ന് എനിക്കു ബോധ്യമായി. എന്റെ പേരിൽ ചില ഊമക്കത്തുകൾ വന്നു. ഉള്ളടക്കം പ്രേമം. ഈ വിഷയം കുടുംബത്തിൽ അറിഞ്ഞാലുള്ള അവസ്ഥ. വിദ്യാലയത്തിൽ അറിഞ്ഞാ ലുള്ള ദുഷ്പേര്. ഇതെന്നെ വല്ലാതെ അലോസരപ്പെടുത്തി.

സ്വൈര്യമായി ജീവിക്കാൻകൂടി അനുവദിക്കാത്ത മനുഷ്യരുടെ സാമീപ്യം പോലും എന്നിൽ വെറുപ്പ് സൃഷ്ടിച്ചു. പുരുഷന്മാരോട് സൗമ്യമായി ചിരിക്കാനോ കുശലാന്വേഷണം നടത്താനോ എന്നെ മനസ്സ് വിലക്കിത്തുടങ്ങി. കഴിയുന്നതും ആൾക്കൂട്ടത്തിൽനിന്ന് ഒഴി ഞ്ഞുനിൽക്കാൻ മനസ്സിനെ സന്നദ്ധമാക്കി. എന്നിട്ടും രക്ഷയില്ല. ചില കത്തുകൾ കീറിക്കളഞ്ഞു. ഒടുവിൽ എനിക്ക് വന്ന ഊമക്കത്തുകൾ കവറിലാക്കി ഞാൻ ഗുരുവിന് അയച്ചു.

ഇവന്മാരെ എങ്ങനെ നിലയ്ക്ക് നിർത്തണമെന്ന് അറിയില്ല. ഇല ചെന്ന് മുള്ളിൽ വീണാലും മുള്ള് ഇലയിൽ വീണാലും ഇലയ്ക്കാണ് പരിക്കുപറ്റുക എന്നറിയാം. അതുകൊണ്ട് നിശ്ശബ്ദയായി ഞാൻ ഗുരു വിന്റെ മറുപടിക്ക് കാത്തിരുന്നു.

പ്രിയ മകൾ രാജം,

സസ്നേഹം അയച്ച കത്തും ഉള്ളടക്കവും കണ്ടു. ഒന്നും പേടിക്കാ നില്ല. യാതൊന്നും സംഭവിക്കുകയില്ല. ഏതോ ഒരു സാധു മനുഷ്യൻ വികാരവിവശനായി വിഡ്ഢിത്തം കാട്ടിയെന്നേയുള്ളു. അത് ശ്രദ്ധി ക്കാതിരുന്നാൽ എരിതീ കത്തിയൊടുങ്ങുന്നതുപോലെ അത് ശാന്ത

മായിക്കൊള്ളും. അതിൽ പ്രകോപനമുണ്ടാക്കുന്ന പ്രതികരണത്തിന്റെ എണ്ണ വീഴ്ത്താതിരുന്നാൽ മതി.

അപ്രതീക്ഷിതമായി വന്ന ഒരു കാറ്റ് മനസ്സിന്റെ മുകൾപരപ്പിൽ ചെറിയ കോളിളക്കം ഉണ്ടാക്കിയെന്നുമാത്രം. സത്യസന്ധമായ ഒരു ഹൃദയത്തിന്റെ ഉടമയാണ് രാജം. അതുകൊണ്ട് ചെറിയ ഒരു സംശയം പോലും ആരെങ്കിലും ഉണ്ടാക്കിയാൽ ഉൾക്കിടലമുണ്ടാവും. നിർമ്മല മായ വിചാരധാരയുള്ളതുകൊണ്ട് ബാഹ്യമായ ചാഞ്ചല്യമൊന്നും പ്രിയ മകളെ ബാധിക്കുകയില്ല. ആകാശത്തുണ്ടാകുന്ന കാറുകൾ കുറച്ചു സമയം അവിടെ നിന്നിട്ടു കാറ്റിൽ മറയുകയോ, പെയ്തു പോവു കയോ ചെയ്യും. ഉള്ളു കലങ്ങാതെ നിൽക്കുക. താൽക്കാലികമായ ഈ അവസ്ഥ പന്നികളേയും മത്സ്യത്തേയും വരുതിയിൽ നിറുത്തു ന്നതു പോലെയാണ്. അതു രണ്ടും തീരെ ബുദ്ധിയില്ലാത്ത ജീവികളാ ണ്. അതുപോലെ പരിസരബോധമില്ലാത്ത വിഡ്ഢികളുണ്ട്. അവരോട് ഒരു പ്രതികരണവും കാണിക്കരുത്. സ്വന്തം ആത്മസത്തയുടെ പ്രതി രോധത്തിന് പിന്നിൽ മനസ്സുറപ്പിച്ചു നിറുത്തണം.

ശ്രദ്ധ പിടിച്ചുപറ്റാൻ മധുരമായ വാക്കുകൾ പറയുന്ന ഒരാൾ മുൻപിൽ വന്നു നിന്നു കരഞ്ഞാലും ചിരിച്ചാലും അത് ശ്രദ്ധിക്കാതി രിക്കുന്നതാണ് വിവേകം.

വിലപ്പെട്ടതേതും മുന്നിൽ കണ്ടാൽ അതിന്റെ നേർക്കു മനുഷ്യൻ കൈ നീട്ടുന്നത് സഹജമാണ്. നമുക്ക് അവരോട് കയർക്കേണ്ട. ആർക്കും വിധേയരാകാതെ ജീവിക്കാൻ തീരുമാനിക്കണം. മറ്റുള്ളവ രുടെ വാക്കുകളേയും പ്രവൃത്തികളേയും മനനംകൊണ്ടും എല്ലാം മാപ്പാ ക്കുന്ന ക്ഷമകൊണ്ടും നേരിടണം. ഭയപ്പെടേണ്ട, ഈ ദുഃസ്വപ്നം മാറി പ്പോകും.

എല്ലാ അനുഗ്രഹങ്ങളും അയയ്ക്കുന്നു.
സ്നേഹത്തോടെ ഗുരു.

വാക്കുകൾ ദൈവികമാണ്. അവയ്ക്ക് അത്ഭുതശക്തിയുണ്ടെന്ന് പറ യുന്നത് എത്രയോ സത്യമെന്ന് എനിക്ക് ബോധ്യമായി. ഗുരുവിന്റെ വചനങ്ങൾ എനിക്കു ശക്തിദായകമായി; മൃതസഞ്ജീവിനിയായി.

ആയിടയ്ക്ക് എനിക്ക് മഞ്ഞപ്പിത്തം പിടിപ്പെട്ടു. രണ്ടാം തവണയാണ് വരുന്നത്. അതുകൊണ്ട് വളരെ ശ്രദ്ധിക്കണം. പൂർണ്ണ വിശ്രമം അനി വാര്യം. ആശുപത്രിയിൽ കിടക്കാൻ ഡോക്ടർ നിർദ്ദേശിച്ചു.

പക്ഷേ, അത് സാധ്യമായിരുന്നില്ല. കൂടെ നിൽക്കാൻ ആരുമില്ല.

കുഞ്ഞിനെ ആരു നോക്കും? ഭർതൃസഹോദരന്റെ സുഖമില്ലാത്ത മകൾ. വീട്ടിലെ കാര്യങ്ങൾ നോക്കാൻ തന്നെ അമ്മ പ്രയാസപ്പെടുന്നു. ആ നിലയ്ക്ക് എന്തുചെയ്യും?

സ്വന്തം അമ്മയോട് അഭയം ചോദിക്കാമെന്ന് കരുതി, ഞാൻ ഡോക്ടറുടെ അടുത്തുനിന്ന് നേരെ വീട്ടിലെത്തി, അമ്മയോട് വിവരം പറഞ്ഞു.

എന്നാൽ, അമ്മ എന്നെയും കുഞ്ഞിനെയും സ്വീകരിക്കാൻ തയ്യാറായില്ല.

"നീ ഇവിടെ നിൽക്കേണ്ട. ഇവിടെ നാലു കുട്ടികളുണ്ട്. മഞ്ഞപ്പിത്തം പകരും. അതുകൊണ്ട് ഇവിടെ കയറുകയേ വേണ്ട. ബേബിയുടെ വീട്ടിലേക്ക് മടങ്ങിപ്പോവൂ."

അമ്മ പറഞ്ഞത് സത്യം. സ്വന്തമെന്ന പദത്തിന് അർത്ഥമില്ലെന്ന് ബോദ്ധ്യമായ നിമിഷം. സ്വന്തം അമ്മ, സ്വന്തം വീട് എന്നു ചിന്തിച്ചതേ തെറ്റ്. ഞാൻ കുഞ്ഞുമായി മടങ്ങി. വീട്ടിലെത്തി ഉമ്മറത്തിരുന്നു കരഞ്ഞു.

എന്നെ കണ്ട് അടുത്തെത്തിയ അമ്മയോട് വിവരം പറഞ്ഞു.

"രാജം എന്തിന് അങ്ങോട്ട് പോയി? ഇതല്ലേ നിന്റെ വീട്. ഇങ്ങോട്ടല്ലേ വരേണ്ടത്. പോയപ്പോൾ കൂടെ വരാൻ എനിക്ക് സാധിക്കുമായിരുന്നില്ല. മരുന്ന് കഴിച്ചിട്ട് കിടക്കാൻ നോക്കൂ. നിന്നെയും മോനെയും ഞങ്ങൾ നോക്കിക്കൊള്ളാം വിഷമിക്കേണ്ടേ."

അവർ എന്നെ വളരെ കാര്യമായി ശുശ്രൂഷിച്ചു. ആയിടയ്ക്ക് ഗുരു എത്തി. യാദൃച്ഛികമായി ഇടപ്പള്ളി ഗുരുകുലത്തിലെത്തിയപ്പോൾ അമ്മയേയും ഞങ്ങളേയും കാണാൻ വന്നതാണ്.

"രോഗം വേഗം സുഖപ്പെടും മോളേ." ഗുരുവിന്റെ വാക്കുകൾ അനുഗ്രഹമായി. രോഗം മാറി.

വീടിനോട് ചേർന്ന് റോഡിന് അഭിമുഖമായി കുറച്ച് സ്ഥലമുണ്ട്. ഒരു ദിവസം കുറച്ച് രാഷ്ട്രീയ പ്രവർത്തകർ വീട്ടിലെത്തി ഒരു ആവശ്യം ഉന്നയിച്ചു.

"ടീച്ചറേ, സുഭാഷ് നല്ലൊരു വായനക്കാരനായിരുന്നു. അദ്ദേഹത്തിന്റെ ഓർമ്മ നിലനിർത്താൻ നമുക്ക് ഒരു വായനശാല തുടങ്ങിയാലോ, എന്നൊരു ആലോചനയുണ്ട്. അതിനായി റോഡിനോട് ചേർന്നു കിടക്കുന്ന ഭൂമിയിൽനിന്ന് ഒരു മൂന്ന് സെന്റ് തരാമോ? നമുക്കവിടെ നല്ലൊരു വായനശാല തുടങ്ങാം. സുഭാഷിന്റെ പേര് നിലനിൽക്കുകയും ചെയ്യും. കൂടാതെ ഈ വർഷം ഒരു ഫുട്ബോൾ മത്സരം നടത്തുന്നുണ്ട്. അതിന് സുഭാഷിന്റെ പേരിൽ ഒരു ട്രോഫിയും തര

ണം. ഏകദേശം 5000 രൂപ ചെലവു വരും. സഹകരിക്കണം."

കൊള്ളാം, നല്ല ആശയങ്ങൾ. രാഷ്ട്രീയക്കാരെ കാണുന്നത് തന്നെ എനിക്ക് അസഹനീയമായിരുന്നു. കരഞ്ഞും കാലു പിടിച്ചിട്ടും തകർത്തെറിഞ്ഞതാണ് എന്റെ ജീവിതം. അതെങ്ങനെ മറക്കും? വീണ്ടും ആവശ്യങ്ങളുമായി എത്തിയിരിക്കുന്നു.

മനസ്സിനെ നിയന്ത്രിച്ചുകൊണ്ട് ഞാൻ പറഞ്ഞു: "ഇന്നുവരെ നിങ്ങൾ നൽകിയ എല്ലാ സഹായങ്ങൾക്കും നന്ദി. ഇനി എന്റെ ഭർത്താവിന്റെ പേരിൽ വായനശാലയും വേണ്ട, ട്രോഫിയും വേണ്ട. ഒരിക്കൽ പോലും ഫുട്ബോൾ കളിച്ചിട്ടില്ലാത്ത ചേട്ടന്റെ പേരിൽ ട്രോഫി. അത് ആക്ഷേപിക്കുന്നതിന് തുല്യമാണ്."

ഗുരു എനിക്കെഴുതിയ കത്തിലെ പവിത്രമായ വരികൾ ഓർമ്മ വന്നു. ഞാൻ പറഞ്ഞു: "സുഭാഷിന്റെ കീർത്തി നിലനിർത്താൻ ഒരു മകനുണ്ട്. അവന് അത് കഴിഞ്ഞാൽ കഴിയട്ടെ. അതു മതി."

ബേബിച്ചേട്ടൻ മരിച്ചതോടെ എന്നും വീട്ടിൽ വരുമായിരുന്ന പല സുഹൃത്തുക്കളും അകന്നുപോയി. പലർക്കും കോളേജ് ലൈബ്രറിയിൽനിന്ന് പുസ്തകങ്ങൾ എടുത്തുകൊടുക്കുന്ന പതിവ് ബേബിച്ചേട്ടനുണ്ടായിരുന്നു. മരണാനന്തരം, കുറേ പുസ്തകങ്ങൾ തിരിച്ചേൽപ്പിക്കാനുണ്ടെന്ന് കോളേജ് അധികൃതർ എന്നെ അറിയിച്ചു. അതിൽ വീട്ടിലുണ്ടായിരുന്നവ വളരെ കുറവ്. വിലയേറിയ പുസ്തകങ്ങൾ പലരും കൊണ്ടുപോയിരുന്നു. രണ്ടു പേർ മാത്രം, ഞാൻ ചോദിക്കാതെ, പുസ്തകങ്ങൾ തിരികെ ഏല്പിച്ചു. മറ്റുള്ളവ അന്വേഷിച്ച് പലയിടങ്ങളിലും നടന്നു. "ഇവിടെയില്ലല്ലോ?" എന്ന സ്നേഹമസൃണമായ മറുപടിയാണ് ലഭിച്ചത്. എന്നാൽ, യാദൃച്ഛികമായി ബേബിച്ചേട്ടന്റെ ഡയറി മറിച്ച് നോക്കിയപ്പോൾ പുസ്തകങ്ങൾകൊണ്ടുപോയവരുടെ പേരുകൾ കൃത്യമായി എഴുതിവെച്ചിരിക്കുന്നു. തുടർന്ന് അവരുടെ വീട്ടിലെത്തി, കിടപ്പുമുറിയിലെ അലമാരയിൽനിന്ന് പുസ്തകങ്ങൾ തിരികെ എടുക്കേണ്ട അവസ്ഥ എനിക്കുണ്ടായി. ലൈബ്രറി പുസ്തകം തിരികെ കൊടുക്കണമെന്ന് അറിയാത്തവരല്ല, ഇവരൊന്നും. പക്ഷേ, തിരികെ തരാൻ തയ്യാറായില്ലെന്നുമാത്രം. പുസ്തകം എടുത്തുതന്ന ആൾ പോയി. ഇനിയെന്തിന് മടക്കണമെന്ന് ചിന്തിച്ചിട്ടുണ്ടാവും.

ഞാൻ ഈ വിവരം ഗുരുവിനോട് പറഞ്ഞപ്പോൾ ഗുരു ചിരിച്ചുകൊണ്ട് പറയുകയാണ്. "പുസ്തകങ്ങൾ കൊടുത്താൽ അത് തിരികെ കിട്ടുക പ്രയാസമാണ്. കൈമറിഞ്ഞ് പോയെന്ന് വരാം. കണ്ടെത്താൻ കഴിഞ്ഞില്ലെന്നും വരാം."

ശരിയാണ്. കുറേ പുസ്തകങ്ങൾ കണ്ടെത്താനായില്ല. നഷ്ടപ്പെട്ടാൽ, അതിന്റെ ഇരട്ടി വില അടക്കണമെന്നാണ് വ്യവസ്ഥ. എങ്കിലും, കോളേജ് അധികാരികൾ യഥാർത്ഥ വില മാത്രമേ ഈടാക്കിയുള്ളു. കുറേ രൂപ ഇളവ് തരികയും ചെയ്തു.

വീണ്ടും ഒരവധിക്കാലത്ത് ഞങ്ങൾ ഫേൺ ഹിൽ ഗുരുകുലത്തിലെത്തി. ജ്യോതി, രാധചേച്ചി, നാൻസി, തമ്പാൻ, ഗോപിദാസ് തുടങ്ങി ഒട്ടേറെ അന്തേവാസികൾ ഉണ്ടായിരുന്നു. അക്കാലത്ത് ട്രാൻസിസ്റ്റർ റേഡിയോ അത്രയ്ക്കു സുലഭമായിരുന്നില്ല. ആശ്രമത്തിൽ ഒരു ട്രാൻസിസ്റ്റർ റേഡിയോ ഉണ്ടായിരുന്നു. ഏതോ ഭക്തൻ ഗുരുവിനു സമ്മാനിച്ചത്. അതീവ ഹൃദ്യമായ ഗാനങ്ങൾ അടങ്ങിയ കാസറ്റ് അതിലിട്ട് പാടിപ്പിക്കുക പതിവായിരുന്നു.

കേട്ടാലും കേട്ടാലും മതിവരാത്ത പഴയ ഗാനങ്ങൾ നേർത്ത ശബ്ദത്തിൽ ആശ്രമത്തിൽ അലയടിക്കും. അതിൽ ലയിച്ച് ഗുരു ഇരിക്കും.

ഒരുദിവസം ആ റേഡിയോ മോഷണം പോയി. അതറിഞ്ഞിട്ട് ഗുരുവിനു യാതൊരു ഭാവവ്യത്യാസവുമുണ്ടായില്ല.

"സ്വാമീ, റേഡിയോ ആരോ മോഷ്ടിച്ചു. ഞങ്ങൾക്ക് ചിലരെ സംശയമുണ്ട്. അന്വേഷിക്കട്ടെ?" പലരും ചോദിച്ചു.

"വേണ്ട, ആരും അന്വേഷിച്ചു പോവണ്ട. പാട്ടു കേൾക്കാൻ വളരെയധികം ആഗ്രഹമുള്ള ആരോ കൊണ്ടുപോയതാ. കേട്ടു കഴിയുമ്പോൾ തിരികെ തരും", സ്വാമിയുടെ മറുപടി.

പലർക്കും ആ മറുപടി തൃപ്തികരമായില്ല. ഇങ്ങനെയാണ് ഗുരുവിന്റെ പ്രതികരണമെങ്കിൽ, കളവുകൾ വർദ്ധിക്കുമെന്നു ചിലർ അഭിപ്രായപ്പെട്ടു. എന്നാൽ, ഏതാനും ദിവസം പിന്നിട്ടപ്പോൾ, എല്ലാവരേയും അത്ഭുതപ്പെടുത്തിക്കൊണ്ട് റേഡിയോ തിരിച്ചെത്തി. ഒരു കേടുപാടുമില്ലാതെ. മോഷ്ടാവിനെ കണ്ടെത്താനുമായില്ല.

എന്തായാലും, ഗുരു പറഞ്ഞതു സംഭവിച്ചു. റേഡിയോ തിരികെ കിട്ടിയതിന്റെ ആശ്വാസം എല്ലാവരും പങ്കുവെച്ചു.

ഈ സംഭവം എന്നെ വല്ലാതെ സ്പർശിച്ചു. ഒരു തവണ എന്റെ വീട്ടിൽനിന്ന്, വൈറ്റ് വാഷ് നടക്കുന്നതിനിടയിൽ, സാമാന്യം വലിയ ഒരു ട്രാൻസിസ്റ്റർ റേഡിയോ കളവുപോയി. വിദേശത്തുള്ള ജ്യേഷ്ഠൻ എനിക്കു തന്നതായിരുന്നു അത്. പെയിന്റിങ്ങ് പണിക്കു വന്നവരിൽ ആരോ മോഷ്ടിച്ചതായിരിക്കുമെന്ന് ഞാൻ സംശയിച്ചു. ഗുരു പറഞ്ഞതുപോലെ, പാട്ടുകേട്ടു കഴിയുമ്പോൾ തിരികെ തരുമെന്ന് ആശിച്ചു. പക്ഷേ, റേഡിയോ പോയ വഴിയേ പോയി. ഇന്നേ വരെ തിരികെ കിട്ടി

യില്ല. ഇത് കൊച്ചി, പള്ളുരുത്തി. ഞാൻ സാദാ ടീച്ചർ. മറ്റേത് ഫേൺ ഹിൽ, ഊട്ടി. ജ്ഞാനദൃഷ്ടിയുള്ള സ്വാമി.

അങ്ങനെയിരിക്കെ ഒരു ദിവസം സന്തതസഹചാരികൾക്കൊപ്പം വിദേശീയരായ ചില ശിഷ്യരുമൊത്ത് രണ്ടു ദിവസം താമസിക്കുന്ന തിനായി, ഗുരു എന്റെ ജ്യേഷ്ഠന്റെ പുതുതായി പണിത വീട്ടിലെത്തി. ജ്യേഷ്ഠത്തിയമ്മ എല്ലാവരേയും സസന്തോഷം സ്വീകരിച്ചു. എന്നാൽ, സ്വാമിയാകട്ടെ, അടുക്കളയിലെത്തി ജ്യേഷ്ഠത്തിയമ്മയോട് "സുഭാഷിണി, എനിക്കു വെജിറ്റബിൾ സൂപ്പ് ഉണ്ടാക്കിതരുമോ?" എന്ന് ചോദിച്ചു. തയ്യാറാക്കിയിരുന്ന വിഭവങ്ങളിൽ സൂപ്പ് ഉണ്ടായിരുന്നില്ല. ഗുരുവിന്റെ ആവശ്യം കേട്ടയുടൻ അതൊരു ഭാഗ്യമായി കരുതി ജ്യേഷ്ഠത്തിയമ്മ ഉടൻ സൂപ്പ് തയ്യാറാക്കി ആദരവോടെ നൽകി.

ഗുരു വീണ്ടും പറഞ്ഞു "വീട് വളരെ മനോഹരം. പക്ഷേ, അല്പം വലുതായിപ്പോയില്ലേ? ഇതിൽ താമസിക്കാൻ ആളുകൾ ഉണ്ടാവില്ലല്ലോ?"

"മൂന്നു കുട്ടികൾ ഉണ്ടല്ലോ ഗുരു, അവർ വലുതാവുമ്പോൾ വേണ്ടി വരുമെന്ന് കരുതി പണിതതാണ്." ജ്യേഷ്ഠത്തിയമ്മയുടെ മറുപടി.

വർഷങ്ങൾ കൊഴിഞ്ഞു. കുട്ടികൾ വളർന്നു. വിവാഹിതരായി. കുഞ്ഞുങ്ങളായി. ജീവിതായോധനത്തിന്റെ ഭാഗമായി അവരെല്ലാം പറന്നകലാൻ നിർബന്ധിതരായി. സ്നേഹനിധിയായ ജ്യേഷ്ഠത്തിയമ്മ അന്തരിച്ചു. ഇപ്പോൾ ആ വലിയ വീട്ടിൽ, അണയാത്ത ഒരു പിടി ഓർമ്മകളുമായി ജ്യേഷ്ഠനും, കൂട്ടിന് ഞാനും, ഒരു മഞ്ഞപൂച്ചയും മാത്രം. ഗുരുവചനം സത്യമായി. ഗുരു ആറാം ഇന്ദ്രിയജ്ഞാനി കൂടിയായിരുന്നുവെന്ന് പല അനുഭവങ്ങളും തെളിയിച്ചിട്ടുണ്ട്. പക്ഷേ, ആൾദൈവമായി കരുതുന്നതൊന്നും സ്വാമിക്ക് ഇഷ്ടമായിരുന്നില്ല.

'മണികൾ മുഴങ്ങുന്നതാർക്കുവേണ്ടി' എന്ന നാടകം ബേബിച്ചേട്ടൻ എഴുതി പ്രസിദ്ധീകരിച്ചിരുന്നെങ്കിലും, കവിതകൾ സമാഹരിച്ചു പ്രസിദ്ധീകരിച്ചിരുന്നില്ല. മരണാനന്തരം മാത്രമാണ് അവ സമാഹരിക്കാനും പ്രസിദ്ധീകരിക്കാനും കഴിഞ്ഞത്. അതിനും മുൻകൈയെടുത്തത് ഗുരു തന്നെ. അങ്ങനെയാണ് പലേടത്തായി ചിതറിക്കിടന്നിരുന്ന ആ കവിതകൾ പുസ്തകരൂപം പ്രാപിച്ചത്. ജീവിച്ചിരുന്ന കാലത്ത് അവ പ്രസിദ്ധീകരിക്കുന്നതു സംബന്ധിച്ച് ഇരുവരും ആശയവിനിമയം നടത്തിയിരുന്നു. പക്ഷേ, പല കാരണങ്ങളാലും കവിതകളുടെ സമാഹരണം നീണ്ടുപോകുകയായിരുന്നു. കവിതകൾ കോപ്പി ചെയ്തയക്കുക നമുക്ക് അച്ചടിക്കാം എന്നു ഗുരു എനിക്കെഴുതി. ആ കത്താണിത്.

പ്രിയ രാജം,

സസ്നേഹം അയച്ച കത്തുകിട്ടി. എനിക്കു ജോലിത്തിരക്കൊന്നുമില്ല. ജോലിയുണ്ട്. അതിലധികവും പ്രിയപ്പെട്ടവരുടെ ചെറുതും വലുതുമായ സുഖദുഃഖങ്ങളിൽ ഭാഗഭാക്കാകുന്നതിനുള്ള ഉപാധികൾ മാത്രമാണ്.

ഇവിടെ ഈ വർഷം കണക്കിലധികം ആൾക്കാർ വന്നു താമസിക്കുന്നു- പാശ്ചാത്യർ, ആഫ്രിക്കക്കാർ, ഏഷ്യക്കാർ - സ്ത്രീകളും പുരുഷന്മാരും കുട്ടികളും. അതുകൊണ്ട് പരസ്പരം സംസാരിക്കുന്നതു തന്നെ ചിലപ്പോൾ ഒരു വലിയ അനുഭവം പോലെയാണ്. തട്ടാതെയും മുട്ടാതെയും പ്രശ്നങ്ങൾ സൃഷ്ടിക്കാതെയും കഴിയുന്നതു ചിലപ്പോൾ ഒരു അത്ഭുതം പോലെയാണ്. മിക്കവാറും ഒരാൾ യാത്ര പറഞ്ഞു പോകുമ്പോഴേയ്ക്കും വേറൊരാൾ വരുകയായി. എന്നെ സഹായിക്കാൻ ധാരാളം പേരുണ്ട്. എന്നിട്ടും ജോലികളൊന്നും തീരുന്നില്ല- എന്നു പറഞ്ഞാൽ, പുസ്തക രചനയും ലേഖനമെഴുത്തും കത്തുകൾക്കു മറുപടിയെഴുത്തും.

ജീവിതത്തിലാദ്യമായി ഒരു കൃഷിക്കാരനായി നോക്കി. ഉരുളക്കിഴങ്ങു കൃഷി. വിചാരിച്ചതിലും അധികം കിഴങ്ങുണ്ടായി. കൃഷിയുടെ പശ്ചാത്തലം ഒരു പരീക്ഷണമായിരുന്നു. തൊഴിലാളിയെത്തന്നെ ഉപഭോക്താവാക്കുക. അവർക്കതു വിശ്വസിക്കാൻ കഴിഞ്ഞില്ല. അടുത്ത കൃഷിക്കു കിഴങ്ങു മാറ്റി വച്ചിട്ടു ബാക്കി പ്രവൃത്തിയെടുത്തവർക്കു തന്നെ കൊടുത്തു. അവരുടെ ആശ്ചര്യം ആവേശമായി മാറി. അടുത്ത കൃഷിക്ക് അവർ തയ്യാറായിക്കഴിഞ്ഞു. അങ്ങനെ ചായക്കോപ്പയിൽ ഞാനുമൊരു വിപ്ലവം നടത്തുന്നു. ഋജുവായ ജീവിതത്തിന്റെ പമ്പാവിൽ ദുർഗ്രാഹ്യവും ദുർജ്ഞേയവുമായ ഒരു സത്യം വളഞ്ഞു പുളഞ്ഞു കിടക്കുന്നു. അതിൽ ചില ഭാഗത്തെ വിധിയെന്നും ചില ഭാഗത്തെ ദൈവമെന്നും വിളിക്കുന്നു. ഞാൻ പ്രാർത്ഥിക്കാറുള്ളത് വയസ്സൻ പേരാലുകളോടും കാട്ടുപൂക്കളോടും കുഞ്ഞുങ്ങളോടുമൊക്കെയാണ്. ഒന്നിനും വേണ്ടിയല്ലാത്ത പ്രാർത്ഥന. സുഭാഷിന്റെ കവിതകൾ രാജം കോപ്പി ചെയ്തയക്കുക. നമുക്കതു പ്രസ്സിൽ കൊടുക്കാം.

ഫേൺഹിൽ

പ്രിയ നിത്യ.

ഗുരു ആവശ്യപ്പെട്ടതനുസരിച്ച് ഞാൻ ബേബിച്ചേട്ടൻ എഴുതിയ കവി

തകൾ പകർത്തി അയച്ചുകൊടുത്തു. അവ 1981-ൽ 'സുഭാഷ്ചന്ദ്രന്റെ കവിതകൾ' എന്ന പേരിൽ അദ്ദേഹം പ്രസിദ്ധീകരിച്ചു. പ്രസിദ്ധീകരണച്ചെലവ് ഗുരു തന്നെ വഹിച്ചു. ബേബിച്ചേട്ടനോടുള്ള വാത്സല്യം കൊണ്ടാവാം പ്രസാധകയുടെ സ്ഥലത്ത് എന്റെ പേരാണ് എഴുതിയിരുന്നത്. ആ പുസ്തകത്തെപ്പറ്റി ഗുരു ഇങ്ങനെ എഴുതി:

ഈ പുസ്തകത്തിൽ ഉള്ളതും ഇതിൽ ചേർത്തിട്ടില്ലാത്തതുമായ കുറേ കവിതകൾ ചേർത്ത് ഒരു പുസ്തകം പ്രകാശിപ്പിക്കുന്നതിനെപ്പറ്റി സുഭാഷ്ചന്ദ്രനും ഞാനും ഒന്നിച്ചിരുന്ന് പലപ്പോഴും പദ്ധതികൾ ഉണ്ടാക്കിയിട്ടുണ്ട്. ഒരിക്കൽ ആ കവിതാസമാഹാരത്തിന് ഞാനൊരു അവതാരിക എഴുതിവെയ്ക്കുകയും ചെയ്തതാണ്. എന്നാൽ, പറയത്തക്ക കാരണമൊന്നുമില്ലാതെ, അതു നടക്കാതെ പോയി. അന്നെല്ലാം അതിന്റെ കുറ്റം ഞാൻ സുഭാഷ്ചന്ദ്രന്റെ ചുമലിൽ വെയ്ക്കുകയാണ് ചെയ്തത്. ഇനി ഇപ്പോൾ എം.സി. സുഭാഷ്ചന്ദ്രന്റെ കവിതകൾ പ്രകാശനം ചെയ്യുന്നത് താമസിച്ചാൽ അതിന്റെ കുറ്റം എന്റേതുമാത്രമായിരിക്കും. ആ കുറ്റം പൊറുക്കാവുന്നതല്ല. അതുകൊണ്ട് കുറച്ചൊരു തിടുക്കത്തിൽ ഇത് പ്രകാശിപ്പിക്കുകയാണ്...

മൺമറഞ്ഞു പോയാലും മനക്കണ്ണിൽനിന്നും മറയാത്ത നിത്യഭാസുരനഭശ്ചരങ്ങളുണ്ട്. അങ്ങനെയുള്ള ഒരുജ്ജ്വലതാരമായിട്ടാണ് എം. സി. സുഭാഷ്ചന്ദ്രൻ എന്നും പരശ്ശതം സഹൃദയരുടെ ഹൃദയനഭസ്സിൽ പൊന്നൊളി വീശി പ്രോജ്ജ്വലിക്കുന്നത്. കവിയുടെ തൂലിക നിശ്ചലമായി. എന്നാലും ആ തൂലികയിൽനിന്നും സഹൃദയവാടികയിലേക്ക് പറന്നുവന്ന കളഹംസങ്ങൾ പാടിയും പറന്നും ഒരായിരം വത്സരം കൈരളിയെ കോൾമയിർ കൊള്ളിക്കട്ടെ.

വിധേയൻ
നിത്യചൈതന്യയതി.

അദ്ധ്യായം അഞ്ച്

മകനും ഗുരുവും

ഞങ്ങളുടെ കുടുംബാംഗങ്ങളിൽ ചിലർ ഊട്ടി കണ്ടിട്ടില്ല. എന്നാൽ, നമുക്ക് ഫേൺ ഹില്ലിലേക്ക് ഒരു യാത്രയാവാം. അവിടെ ഗുരു ഉണ്ടല്ലോ. അക്കൂട്ടത്തിൽ ഊട്ടിയും കാണാം. അങ്ങനെ പ്ലാനിട്ടു യാത്ര തിരിച്ചു.

കോയമ്പത്തൂർ വരെ ട്രെയിനിൽ യാത്ര. പിന്നെ ടാക്സിയിൽ ഫേൺ ഹില്ലിലേക്ക്. അകലെ നിന്നു തന്നെ ആശ്രമം കാണാമായിരുന്നു.

ഒരു ചെറുകുന്നിന്റെ മുകളിലായി, കണ്ണാടി ജാലകങ്ങളുള്ള ചെറിയ ആശ്രമം. ചുറ്റും അതിമനോഹരമായ പ്രകൃതിദൃശ്യങ്ങൾ. പൂത്തുലഞ്ഞു നിൽക്കുന്ന പല ഇനം ചെടികൾ. താഴ്‌വാരത്തിൽ ഉരുളക്കിഴങ്ങും ക്യാബേജും ക്യാരറ്റുമെല്ലാം കൃഷിചെയ്തിരുന്നു.

ആശ്രമത്തിന്റെ പുറകിലും ഒരു ചെറുകുന്ന്. അവിടെയും ചില ശില്പങ്ങളും തകരംകൊണ്ട് നിർമ്മിച്ച ചെറു ധ്യാനഗൃഹങ്ങളും. ഞങ്ങൾ സാവധാനം ആശ്രമത്തിനുള്ളിൽ പ്രവേശിച്ചു. നടുക്കുള്ള വിശാലമായ മുറിയിൽ, ഒരു വലിയ കസേരയിൽ ഗുരു കാവിവസ്ത്രമുടുത്ത് കമ്പിളി പുതച്ചിരിക്കുന്നു. പ്രഭാഷണത്തിനു ശേഷം, സദസ്യർ പിരിഞ്ഞുപോകാൻ തുടങ്ങിയ സമയം.

മല്ലിച്ചേച്ചി സാവധാനം ഗുരുവിന്റെ മുന്നിലെത്തി നമസ്ക്കരിച്ചു. എന്നിട്ട് പറഞ്ഞു: “ഗുരു ഇതെന്റെ മകൻ ശ്രീ. പഠിപ്പിൽ തീരെ ശ്രദ്ധയില്ല. ഭയങ്കര വികൃതിയാണ്. ഗുരു ഒന്ന് ഉപദേശിക്കണം.”

‘ശ്രീ’ എന്നു വിളിക്കുന്ന ശ്രീകുമാറിന് അന്നു പതിനാലു വയസ്സാണ്. ‘മലയാള മനോരമ’യിൽ പിക്ചർ എഡിറ്ററാണ് ഇന്നു ശ്രീകുമാർ. അന്നത്തെ അനുഭവം ശ്രീയുടെ വാക്കുകളിൽ തന്നെയാവട്ടെ:

“ഞാൻ നോക്കുമ്പോൾ ഒരു വലിയ മുറിയിൽ കുറേ ശില്പങ്ങൾ,

നാരായണഗുരുവിന്റെയും നടരാജഗുരുവിന്റെയും ചിത്രങ്ങൾ. കത്തി ക്കാത്ത ഒരു വലിയ വിളക്ക്, മരത്തിൽ കൊത്തിയ ഒരു കൊമ്പനാന. നടരാജ വിഗ്രഹം. ഒരു ചെറിയ വിളക്ക് കത്തുന്നുണ്ട്. അതിന്റെ മുന്നിൽ ഒരു തടിയൻ സന്ന്യാസി കസേര നിറഞ്ഞിരിക്കുന്നു. ആ സന്ന്യാസി എന്നെ അടുത്തേക്കു വിളിച്ചു; തടിച്ച കട്ടിക്കണ്ണടയിലൂടെ ഒരു നോട്ടം. ദൈവമേ, എന്റെ ഗ്യാസ് അപ്പോഴേ പോയ പോലെ തോന്നി. ഒരു വൈദ്യുതി പ്രവാഹം ശരീരത്തിലൂടെ കടന്നുപോയ പോലൊരു തോന്നൽ.

സ്വാമീ, ഇനി ഞാൻ കുരുത്തക്കേടൊന്നും കാട്ടില്ലെന്ന് പറയാൻ ഞാൻ തീരുമാനിച്ചു. പക്ഷേ, നാവു ചലിച്ചില്ല. പേടിച്ചു വിറച്ചു തൊഴുതു നിന്നു.

"സ്വാമിയോട് അമ്മ പരാതി പറയുന്നത് ഞാൻ കേട്ടിരുന്നു. എന്നാൽ സ്വാമി എന്നെ നന്നായി ഒന്ന് വീക്ഷിച്ചിട്ട് അമ്മയോട് വളരെ ശാന്തമായി ചെറുപുഞ്ചിരിയോടെ പറഞ്ഞു: 'മല്ലീ, ഇവൻ ഭാവിയിൽ മിടുമിടുക്കനാവും ഭയപ്പെടേണ്ട.'

"അമ്മയ്ക്ക് ഇതു കേട്ടപ്പോൾ തൃപ്തിയായോ ആവോ? എനിക്ക് വളരെ സന്തോഷമായി. കണ്ടാൽ പേടി തോന്നുമെങ്കിലും ഈ സ്വാമി ആളു കൊള്ളാമല്ലോ... എനിക്ക് ഇഷ്ടമായി. കാരണം, ഉപദേശങ്ങൾ കേട്ട് കേട്ട് എനിക്ക് ഭ്രാന്തായിക്കൊണ്ടിരിക്കുകയായിരുന്നു. ഈ സ്വാമി യിൽനിന്നാവട്ടെ നോ... ഉപദേശം."

ആശ്രമത്തിൽനിന്ന് രാത്രി ഭക്ഷണമെല്ലാം കഴിച്ച്, ഗുരു എഴുതിയ കുറെ പുസ്തകങ്ങളുമായി ഞങ്ങൾ ഊട്ടിയിലേക്ക് യാത്രയായി. വർഷ ങ്ങൾ പിന്നിട്ടപ്പോഴാണ്, താൻ കണ്ട സ്വാമി ആരായിരുന്നുവെന്ന് ശ്രീകു മാർ മനസ്സിലാക്കിയത്. ജീവിതത്തിൽ പിന്നെ പലപ്പോഴും ഗുരുവിനെ കണ്ടെങ്കിലും, ഫേൺ ഹില്ലിലെ നേർക്കാഴ്ച ഇന്നും ശ്രീയുടെ മനസ്സിൽ വിസ്മയമായി നിലനിൽക്കുന്നു.

കുരങ്ങന്മാരെ പോലെ മരത്തിൽ കയറുക കുട്ടികളുടെ വിനോദമാ ണ്. ഇന്നത്തെ കുട്ടികൾക്ക് അത്തരത്തിലുള്ള കളികളൊന്നുമില്ല. കംപ്യൂ ട്ടറിൽ ഒതുങ്ങുന്നതാണല്ലോ അവരുടെ ലോകം.

പ്രിയേന്ദു നാലാം ക്ലാസ്സിൽ പഠിക്കുമ്പോൾ, കളിക്കുന്നതിനിടെ മുറ്റത്തെ ഇരുമ്പു കതകുതട്ടി പുരികത്തിനു മുകളിൽ ആഴത്തിൽ മുറി വേറ്റു. നാലു തുന്നൽ ഇടേണ്ടി വന്നു.

ഒരാഴ്ച കഴിഞ്ഞതേയുള്ളു. പറമ്പിലെ മാവിൽനിന്നുവീണ് കൈ രണ്ടി ടത്ത് ഒടിഞ്ഞു. വേദന കടിച്ചമർത്തിക്കൊണ്ട്, അവൻ പറയുകയാണ്, "അമ്മേ ഒടിയാനുള്ളത് ഒടിഞ്ഞു. ഇനി അടുത്ത പരിപാടി എന്താ ചെയ്യേ ണ്ടതെന്ന് ആലോചിക്കണം." ഒൻപതു വയസ്സുകാരന്റെ പ്രതികരണം!

തുടർന്ന് ഹരിഅമ്മാവന്റെ സഹായത്തോടെ മെഡിക്കൽ ട്രസ്റ്റ് ആശുപത്രിയിൽ പോയി. ബേബിച്ചേട്ടന്റെ ചിറ്റ ദേവയാനി വേണ്ട ശുശ്രൂഷകൾ ചെയ്തു. ചിറ്റ അവിടത്തെ നേഴ്സിങ്ങ് സൂപ്രണ്ടായിരുന്നു.

ആയിടയ്ക്ക് ഗുരു പള്ളുരുത്തിയിലെത്തി. പ്ലാസ്റ്ററിട്ട കൈയുമായി മുന്നിലെത്തിയ പ്രിയേന്ദുവിനെ ചൂണ്ടി, ഞാൻ പറഞ്ഞു:

“ഗുരു ഇവൻ വികൃതി കാട്ടി. പുരികത്തിന്റെ മുകളിൽ നാലു സ്റ്റിച്ചിടേണ്ടിവന്നു. അത് ഉണങ്ങിവരുന്നതേയുള്ളൂ. അപ്പോൾ തന്നെ കൈയും ഒടിച്ചു. ഇവന് ആരെയും പേടിയില്ല. പറഞ്ഞാൽ ഒന്നും അനുസരിക്കുകയില്ല. ഞാൻ തോറ്റു. ഗുരു അടിക്കരുതെന്ന് പറയുന്നതുകൊണ്ട് അതിനും കഴിയുന്നില്ല.”

അവനെ വിളിച്ച്, സ്നേഹത്തോടെ ചേർത്തു പിടിച്ചുകൊണ്ട്, ഗുരു പറഞ്ഞു: “രാജം, കുട്ടികളായാൽ വികൃതിയൊക്കെ വേണം. അതവരുടെ വ്യക്തിത്വത്തെയാണ് കാണിക്കുന്നത്. അപകടകരമായ വികൃതിയായാലാണ് കുഴപ്പം. ഇതൊക്കെ ഇവന് ജീവചരിത്രത്തിൽ എഴുതാനാവുമല്ലോ.”

വികൃതികാട്ടരുതെന്ന് ഉപദേശിക്കും ഗുരു എന്നു കരുതിയ ഞാൻ, അങ്ങനെ വിഡ്ഢിയായി. കുട്ടികളെക്കുറിച്ച് പരാതി പറയുമ്പോൾ നാം ഒരിക്കലും പ്രതീക്ഷിക്കാത്ത മറുപടിയാവും ഗുരു ശാന്തമായി നൽകുന്നത്.

“കുട്ടികളുടെ കഴിവും, കഴിവുകേടും മനസ്സിലാക്കി, തിരുത്തേണ്ടിടത്ത് തിരുത്തി, അവരെ സമൂഹത്തിന് നന്മ ചെയ്യുന്നവരാക്കി മാറ്റുവാൻ ശ്രദ്ധിക്കണം” എന്ന ഗുരുവചനം ഞാൻ ഓർമ്മിച്ചു.

ഞങ്ങളുടെത് കൂട്ടുകുടുംബമായിരുന്നു. തറവാട് പൊളിച്ച് അവിടെ വീട് വയ്ക്കാൻ ബേബിച്ചേട്ടന്റെ ജ്യേഷ്ഠൻ തീരുമാനിച്ചു. ഭാഗം കഴിഞ്ഞ ഉടൻ ഞങ്ങൾ താമസിച്ചിരുന്ന ഔട്ട് ഹൗസ് പുതുക്കിപ്പണിയണമെന്ന് കരുതിയതാണ്. ഒന്നും നടന്നില്ല. വീട് പണിക്ക് കരിങ്കല്ല് ഇറക്കിവയ്ക്കാൻ തീരുമാനിച്ച ദിവസമാണ് ബേബിച്ചേട്ടൻ മരിക്കുന്നത്. തെരഞ്ഞെടുപ്പിനു നിന്നതോടെ എല്ലാ തീരുമാനങ്ങളും തകിടം മറിയുകയായിരുന്നു.

ഒടുവിൽ വായ്പ എടുത്ത് വീട് വയ്ക്കാമെന്ന് കരുതി ഞാൻ ഗുരുവിന് എഴുതി.

ഗുരു അനുവദിച്ചില്ല. വീട് വെയ്ക്കുന്നതിനെക്കുറിച്ചൊന്നും ഇപ്പോൾ ചിന്തിക്കുകയേ വേണ്ടെന്നും, പ്രിയേന്ദുവിന്റെ പഠനത്തിലും, എന്റെ ജോലിയിലും ശ്രദ്ധ കേന്ദ്രീകരിക്കണമെന്നും ഉപദേശിച്ചു.

ഋതുക്കൾ മാറി മറിഞ്ഞു. ഗുരു ഇതിനിടെ പല വിദേശ പര്യടനങ്ങൾ നടത്തി. അപ്പോഴും തനിക്ക് പ്രിയപ്പെട്ടവർക്ക് കത്തെഴുതാൻ അദ്ദേഹം

സമയം കണ്ടെത്തി. കത്തു കിട്ടുമ്പോൾ ഉണ്ടാവുന്ന ആഹ്ലാദം, സംതൃപ്തി, സമാധാനം അത് വിവരിക്കാൻ വാക്കുകൾ അപര്യാപ്തം. വർഷങ്ങൾ പിന്നിട്ടപ്പോൾ വീട് വെയ്ക്കുന്ന കാര്യം ചിന്തിക്കാൻ ഗുരു അനുവദിച്ചു. സ്വന്തമായി സ്ഥലമുണ്ടെങ്കിൽ വായ്പ കിട്ടും. അതുകൊണ്ട് എന്റെ അമ്മയോട് കുറച്ചു ഭൂമി ചോദിക്കാമെന്ന് കരുതി.

എന്നാൽ, വീട് വെയ്ക്കാൻ ഭൂമി തരില്ലെന്ന് അമ്മ തറപ്പിച്ചു പറഞ്ഞു. വർഷങ്ങൾ പിന്നിട്ടെങ്കിലും എന്റെ പ്രേമവിവാഹത്തിന്റെ പ്രത്യാഘാതങ്ങൾ സൃഷ്ടിച്ച മുറിവുകൾ ഉണങ്ങിയിരുന്നില്ല എന്നതു തന്നെ കാരണം. കുറ്റം എന്റേതല്ലേ?

ഞാൻ വീണ്ടും ഗുരുവിനെഴുതി; എന്റെ ദുഃഖം മറ്റാരോടും എനിക്ക് പറയാനാവില്ലല്ലോ.

ഗുരുവിന്റെ മറുപടി ഇതായിരുന്നു. എല്ലാ മക്കളും അറിയേണ്ട സന്ദേശം.

“മോളേ, കഴിഞ്ഞതെല്ലാം കഴിഞ്ഞു. അമ്മയെ കുറ്റപ്പെടുത്തരുത്. വെറുക്കരുത്. മാതാപിതാക്കൾ ജീവിത കാലത്ത് കഷ്ടപ്പെട്ട് ഉണ്ടാക്കുന്ന വസ്തുവകകൾക്ക് മക്കൾ അവകാശം ചോദിക്കുന്നതെന്തിന്? മക്കളെ കഷ്ടപ്പെട്ട് വളർത്തിയില്ലേ? വിദ്യാഭ്യാസം ചെയ്യിച്ചില്ലേ? ഇനി അവർ മക്കൾക്ക് സ്വന്തം സ്വത്തിൽനിന്ന് എന്തെങ്കിലും തരുന്നുണ്ടെങ്കിൽ അത് ഔദാര്യമാണ്. അതുകൊണ്ട് സ്വപ്രയത്നത്തിലൂടെ എല്ലാം നേടുകയാണ് വേണ്ടത്. അതിനേ അന്തസ്സുള്ളൂ.”

ഗുരുവിന്റെ വാക്കുകളുടെ പൊരുൾ ശരിക്കും ഉൾക്കൊള്ളാൻ കഴിഞ്ഞപ്പോൾ എനിക്ക് കുറ്റബോധം തോന്നി.

സ്വന്തമായി സ്ഥലം വാങ്ങി, വീട് പണിയുക എളുപ്പമായിരുന്നില്ല. അതു മനസ്സിലാക്കി, ബേബിച്ചേട്ടന്റെ അമ്മ ഞങ്ങൾ അന്തിയുറങ്ങിയിരുന്ന ഔട്ട് ഹൗസും അതിനോടു ചേർന്നുള്ള ഭൂമിയും എനിക്കു തന്നു.

ആ വീട് ഞാൻ പുതുക്കിപ്പണിതു. വീടിനൊരു പേര് ഗുരു തന്നെ നിർദ്ദേശിച്ചു: ‘സുഭാഷിതം’. “അത് സുഭാഷിനും ചേരും, കവിതയ്ക്കും ചേരും. പ്രിയേന്ദു വളർന്നു വരുമ്പോൾ ആ വീട് സുഭാഷിതരത്നാകരമായിത്തീരട്ടെ.”

വീണ്ടും ഗുരു എഴുതി:

“ബേബിക്കുട്ടന്റെ അമ്മ പാലു കാച്ചി. രാജവും പ്രിയേന്ദുവും ‘സുഭാഷിത’ത്തിൽ താമസമായി. എത്ര സന്തോഷകരമായ വാർത്ത.”

ഒരുദിവസം ഗുരു വീട്ടിലെത്തി. ഒരു രാത്രിയും രണ്ടു പകലും താമസിച്ചു.

ബേബിച്ചേട്ടൻ ആദ്യമായി ‘ഗുരുകുലം ബാലലോകം’ തുടങ്ങിയപ്പോൾ

ഗുരുവിനെ കാണാൻ എവിടെ നിന്നെല്ലാമോ ഒട്ടേറെ ആരാധകർ എത്തിയിരുന്നു. അതുപോലെയുള്ള ഒരു അനുഭവമായിരുന്നു ഇതും. കേട്ടറിഞ്ഞെത്തിയവർ ഏറെ.

പ്രിയേന്ദു ഉൾപ്പെടെ ഒട്ടേറെ കുട്ടികൾ 'സുഭാഷിത'ത്തിലിരുന്ന് പഠിച്ചു. ഒരു ഗുരുകുലമായി വീട് മാറുകയായിരുന്നു.

എന്റെ പിൽക്കാലജീവിതം കുട്ടികൾക്കൊപ്പമായി. ഒട്ടേറെ കുട്ടികൾ, മലയാളം പഠിക്കാൻ 'സുഭാഷിത'ത്തിലെത്തി. അവരില്ലെങ്കിൽ കരയിൽ പിടിച്ചിട്ട മത്സ്യത്തെപ്പോലെയായി എന്റെ മനസ്സ്.

ബേബിച്ചേട്ടൻ എന്നോട് പറയുമായിരുന്നു.

"രാജീ, ഇവിടെ പഠിക്കാൻ വരുന്ന കുട്ടികളോട് ഫീസ് വാങ്ങരുത്. നമുക്ക് സർക്കാർ വേതനം തരുന്നുണ്ട്. വിദ്യ പകർന്നുകൊടുക്കുന്നത് സ്നേഹത്തോടെയാവണം. വിൽക്കരുത്."

ഈ വിഷയത്തിൽ പരിപാവനമായ സന്ദേശം എന്തെന്ന് മനസ്സിലാക്കണമെങ്കിൽ ഗുരുവിന്റെ 'പരിവർത്തനോന്മുഖ വിദ്യാഭ്യാസം' എന്ന കൃതി വായിക്കണം. അത് ഗുരുതുല്യമായ ഒരു ഗ്രന്ഥമാണ്. അതിലെ ആമുഖത്തിൽനിന്ന്:

"ഈ ഗ്രന്ഥം വായിക്കാനിടവരുന്നവർ, അവരുടെ അദ്ധ്യാപക മിത്രങ്ങളോടും, വിദ്യാർത്ഥി മിത്രങ്ങളോടും ഇതു വായിച്ചു നോക്കുവാൻ നിർബന്ധിക്കുകയും വായിക്കുവാൻ സന്മനസ്സു കാണിക്കുന്നവരുമായി ചർച്ചകൾ നടത്തുകയും ചെയ്യണമെന്ന് ഞാൻ അപേക്ഷിക്കുന്നു. ഇതിൽ പറയുന്നതെല്ലാം 'കൊള്ളാമെന്നു' കേൾക്കാനല്ല ഈ ഗ്രന്ഥം പ്രകാശിപ്പിക്കുന്നത്. ഈ വിഷയത്തിൽ എനിക്കു വല്ല പ്രമാദവും സംഭവിച്ചു പോയിട്ടുണ്ടെങ്കിൽ അതു തിരുത്തിക്കിട്ടുന്നതിനും, പ്രായോഗികമായ പരിപാടികളിൽക്കൂടി നമ്മുടെ വിദ്യാഭ്യാസത്തെ ഒരു ഏകലോക സംസ്കാരത്തിലേക്ക് എങ്ങനെ ത്വരിപ്പിക്കാമെന്ന് കണ്ടുപിടിക്കാനുമാണ് ഞങ്ങളുടെ എളിയശ്രമം. അതിനായി തുണയ്ക്കണമെന്ന് ഏവരോടും അപേക്ഷിക്കുന്നു. വിധേയൻ

ഫേൺ ഹിൽ
നിത്യചൈതന്യയതി
20-3-1992

ഇന്ന് വിദ്യാഭ്യാസം വില്പനച്ചരക്ക്. അദ്ധ്യാപകർ തൊഴിലാളികളും.

അദ്ധ്യാപികയായ എന്നെ ഏറ്റവും അധികം സ്വാധീനിച്ച ഒരു ഗ്രന്ഥമാണിത്.

മറ്റൊന്ന് 'അവശ്യം അനുവർത്തിക്കേണ്ട വിദ്യാഭ്യാസം' അതും ശ്രദ്ധേ

യമാണ്.

സന്യാസിയാകാൻ ആഗ്രഹിച്ച ഒരു ശിഷ്യൻ എനിക്കുള്ള കാര്യം ഓർത്തുപോകുന്നു. അവനെ ഞാൻ ഗുരുവിന്റെ അടുക്കൽ കൊണ്ടുവന്നു. അതേപ്പറ്റി തന്റെ അനുഭവത്തിൽനിന്ന് അവൻ എഴുതിയ കത്തിന്റെ ഒരു ഭാഗം ഇവിടെ ചേർക്കട്ടെ.

സ്വന്തം അമ്മയുടെ പീഢനങ്ങളിലും കുത്തുവാക്കുകളിലും ജീവിതം മതിയാക്കി ആത്മഹത്യചെയ്യണം, അല്ലെങ്കിൽ സന്ന്യാസത്തിന് പോകണം എന്ന് തീരുമാനിച്ച് അവസാനം ആത്മഹത്യ തന്നെ എളുപ്പവഴി എന്ന് ചിന്തിച്ചുറപ്പിച്ച ഒരു മണ്ടൻ ഉണ്ടായിരുന്നു. ടീച്ചർ പഠിപ്പിച്ച ഒൻപതാം ക്ലാസ്സിൽ...

ടീച്ചർ വിളിച്ചിരുത്തി ആശ്വസിപ്പിച്ച് ഒരു ദിവസം അവനെ ഗുരു നിത്യ ചൈതന്യയതിയുടെ കാൽച്ചുവട്ടിൽ കൊണ്ടുപോയിരുത്തി, സന്ന്യാസിയാവാൻ.

ഗുരു പറഞ്ഞു: "നിന്റെ ജീവിതത്തിൽ സന്ന്യാസം പറഞ്ഞിട്ടില്ല, ആസ്വദിച്ചും, യാത്ര ചെയ്തും കഴിയാനുള്ളതാണ് നിന്റെ ജീവിതം. നിനക്കത് വഴിയെ മനസ്സിലാവും."

അമ്മയിൽനിന്ന് ഇന്നേവരെ കേട്ടതായി ഓർമ്മയില്ലാത്ത 'മോനേ' എന്ന വിളി ടീച്ചറിൽനിന്നാണ് താൻ കേട്ടുകൊണ്ടിരുന്നത് എന്നും അവൻ എനിക്കുള്ള കത്തിൽ എഴുതി. എന്നും കുറ്റപ്പെടുത്തലുകളും ശകാരങ്ങളും ശാപവാക്കുകളും തല്ലും കിട്ടിക്കൊണ്ടിരുന്ന അവന് അമ്മ എന്താണെന്ന് കാണിച്ചുകൊടുത്തത് ഞാൻ മാത്രമാണെന്നും അവന്റെ കത്തിലുണ്ട്. "പതിയെ, പതിയെ ടീച്ചർ അവന്റെ സ്വന്തം അമ്മയായി" എന്നും. എന്തായാലും, അതിൽ ഒരണുവിട പോലും മാറ്റമില്ലാതെ ആ സ്നേഹബന്ധം തുടരുന്നു. ഗുരു അന്നു പറഞ്ഞതുപോലെ ജീവിതം ആസ്വദിച്ച്, ഒരു ഊരുതെണ്ടിയായി നാടുവിട്ട്, അവൻ അലയുന്നു... തിരിച്ചു നാട്ടിൽ എത്തുമ്പോൾ എന്നെ കാണാതെ മടങ്ങിപ്പോവാറില്ല. എന്നെ ആദ്യമായി അമ്മയായി മനസ്സിൽ പ്രതിഷ്ഠിച്ചത് ഒരുപക്ഷേ, അവനായിരിക്കണം എന്ന് എനിക്ക് തോന്നാറുണ്ട്.

പ്രിയേന്ദു പ്രീഡിഗ്രിക്കു പഠിക്കുന്ന കാലം. വീടിനടുത്തുള്ള അക്വിനാസ് കോളേജിൽ പ്രവേശനം കിട്ടിയപ്പോൾ അടുത്തല്ലേ എന്നു കരുതി അവിടെത്തന്നെ ചേർത്തു. എന്നാൽ, അവന് എറണാകുളം മഹാരാജാസ് കോളേജിൽ പഠിക്കാനായിരുന്നു താല്പര്യം. അവിടെനിന്ന് വന്ന പ്രവേശന കാർഡ് ഞാൻ അവനെ കാണിച്ചില്ല. എറണാകുളത്തേയ്ക്ക് പോയാൽ ഉഴപ്പുന്ന സ്വഭാവം ഉണ്ടാവുമെന്ന് ഞാൻ ഭയന്നു. പക്ഷേ, സത്യം അറിഞ്ഞതോടെ, അവന് എന്നോട് ഏറെ ദേഷ്യമായി. "എന്തു

കൊണ്ട് അമ്മ ഇങ്ങനെ ചെയ്യുന്നു. പഠിക്കേണ്ടത് ഞാനല്ലേ? എന്റെ ഇഷ്ടമല്ലേ നോക്കേണ്ടത്?" എന്നാണ് അവൻ ചോദിച്ചത്.

സത്യമാണ് അവൻ പറഞ്ഞത്. പക്ഷേ, അപ്പോഴേയ്ക്ക് ചേരേണ്ട സമയം കഴിഞ്ഞിരുന്നു. ഒടുവിൽ മനസ്സില്ലാ മനസ്സോടെ അക്വിനാസ് കോളേജിലെത്തി. കർക്കശക്കാരനായിരുന്നു പ്രിൻസിപ്പാൾ. ഒരുദിവസം, കുട്ടികൾ പ്രിൻസിപ്പാളിന്റെ ഓഫീസ് മതിലിൽ 'കൊളച്ച' എന്ന ഇരട്ടപ്പേര് എഴുതി വെച്ചു. പ്രിയേന്ദു ഒരു അസ്ത്രചിഹ്നം അതിനു നേരെ വരച്ചു. 'കൊളച്ച' എന്നാൽ പ്രിൻസിപ്പാൾ എന്ന് കാണിക്കുന്നതായിരുന്നു, ആ സൂചകം.

കുപിതനായ അദ്ദേഹം ഇത് വരച്ചതും, എഴുതിയതുമൊക്കെ ആരെന്ന് അന്വേഷിച്ചു. അവിടെ, മുൻശുണ്ഠിക്കാരിയായ ഒരു ഹിന്ദി അദ്ധ്യാപിക ഉണ്ടായിരുന്നു. പ്രിയേന്ദു അവരുടെ ഒരു ഹാസ്യ ചിത്രം വരച്ചു. ടീച്ചർ അതു കണ്ടുപിടിച്ചു. വലിയ പ്രശ്നമാക്കി.

മറ്റൊരു സംഭവം കൂടി ഉണ്ടായി. പരീക്ഷ കഴിഞ്ഞ് അദ്ധ്യാപകർ ഉത്തരക്കടലാസ്സ് കൊടുക്കുമ്പോഴുള്ള കുട്ടികളുടെ മാനസികാവസ്ഥയെക്കുറിച്ച് കോളേജ് മാഗസിനിൽ പ്രിയേന്ദു ലേഖനമെഴുതി. അത് ഹിന്ദി അദ്ധ്യാപികയെ ചൊടിപ്പിച്ചു. അവർ അത് പ്രസിദ്ധീകരിച്ചില്ല. ലേഖനം നല്ലതാണെന്ന് മറ്റ് അദ്ധ്യാപകർ അവനോട് പറഞ്ഞിരുന്നു. അവൻ അദ്ധ്യാപികയോട് ലേഖനം തിരികെ ആവശ്യപ്പെട്ടു. അവർ കൊടുത്തില്ല. അവർ പറഞ്ഞു:

"അച്ഛൻ മരിച്ചുപോയതിനാൽ നീ മാമന്റെ വീട്ടിലാണ് നിൽക്കുന്നത് എന്ന് അറിയാം. അതുകൊണ്ട്, നാളെ കോളേജിൽ വരുമ്പോൾ മാമിയെ കൊണ്ടുവരണം. മാമൻ വിദേശത്താണല്ലോ. നിന്റെ അമ്മയെ എനിക്കു കാണേണ്ട. മാമിയെത്തന്നെ കൊണ്ടുവരണം. പ്രിൻസിപ്പാളിനെ കണ്ട ശേഷം നീ ക്ലാസ്സിൽ കയറിയാൽ മതി."

ഈ വിവരം പ്രിയേന്ദു അറിയിച്ചതേയില്ല. ദിവസവും കോളേജിൽ പോകുന്നെന്ന് പറഞ്ഞിറങ്ങുന്നവൻ കോളേജ് പരിസരത്ത് അലഞ്ഞുതിരിഞ്ഞു നടക്കും. ആ വിവരം ചില കുട്ടികൾ എന്നെ അറിയിച്ചു.

ഞാൻ ജ്യേഷ്ഠത്തിയമ്മയോട് കാര്യം പറഞ്ഞു: "എന്നെ കാണേണ്ട, ചേച്ചിയെ കാണണമെന്നാ ഹിന്ദി ടീച്ചറുടെ ആവശ്യം. ഒന്ന് എന്റെ കൂടെ കോളേജിൽ വരുമോ" എന്നു ചോദിച്ചു.

സ്നേഹമയിയായ അവർ എതിർപ്പൊന്നും കൂടാതെ തയ്യാറായി എന്നോടൊപ്പം വീട്ടിൽ നിന്നിറങ്ങി. പക്ഷേ, അവരുടെ മകൾ അമ്മയെ പോകാൻ അനുവദിച്ചില്ല. ആ മകളും അതേ കോളേജിൽ പഠിക്കുന്നുണ്ടായിരുന്നു.

"പ്രിയേന്ദു ഉണ്ടാക്കിയ പ്രശ്നത്തിന് മമ്മി പോകേണ്ട. ഞങ്ങളാരും ഒരു പ്രശ്നവും ഉണ്ടാക്കിയിട്ടില്ല. അതുകൊണ്ട് പോകാൻ പാടില്ല" എന്നു കർശനമായി വിലക്കി. ജ്യേഷ്ഠത്തിയമ്മയ്ക്ക് അതനുസരിക്കാതെ നിവൃത്തിയില്ലാതായി. മകൾ പറയുന്നതും അനുസരിക്കാതെ തരമില്ലല്ലോ.

നിരാശയോടെ ഞാൻ മടങ്ങി. വഴിയിൽവെച്ച് എന്റെ പ്രിയപ്പെട്ട കൂട്ടുകാരി പത്മകുമാരിയെ കണ്ടു. വിവരം പറഞ്ഞു.

"രാജം വിഷമിക്കേണ്ട, ഞാൻ കൂടെ വരാം."

ഞങ്ങൾ കോളേജിലെത്തി. എന്നെ കണ്ടയുടൻ പ്രിൻസിപ്പാളിന്റെ മുഖഭാവം മാറി. ഞാൻ ആദരം പ്രകടിപ്പിച്ച് വന്ന കാര്യം പറഞ്ഞു. അതിലൊന്നും താല്പര്യമില്ലാതെ "You get out" എന്ന് അദ്ദേഹം ആക്രോശിച്ചു. ഞങ്ങൾ അന്തംവിട്ടുനിന്നു. ഇങ്ങനെയും ഒരു പ്രിൻസിപ്പാൾ! ഒന്ന് ഇരിക്കാൻ പോലും പറയാതെ അദ്ദേഹം മുറിവിട്ടിറങ്ങിപ്പോയി. നിരാശയോടെ ഞങ്ങൾ മടങ്ങി.

വീട്ടിലെത്തിയ ഞാൻ കുറ്റബോധത്തോടെ ഇരിക്കുന്ന പ്രിയേന്ദുവിനെ ശാസിച്ചില്ല. ഗുരുവിന്റെ വാക്കുകൾ എന്റെ മനസ്സിനെ നിയന്ത്രിച്ചു. അവനോട് പറഞ്ഞു: "നീ എന്നോടൊപ്പം വരണം, ടീച്ചറുടെ വീട്ടിലെത്തി അവരോട് മാപ്പ് പറയണം."

ഞങ്ങളെ കണ്ട് ടീച്ചർ കുപിതയായി. അവൻ വരച്ച ഹാസ്യചിത്രം ഒരു കവറിലിട്ട് എന്നെ ഏല്പിച്ചു.

"ദാ... രാജം, പ്രിയേന്ദു എന്നെ വരച്ചിരിക്കുന്നു. പഠിക്കാനാണോ വന്നത്, അതോ, ഇത്തരം കുരുത്തക്കേടുകൾ കാട്ടുവാനാണോ? ദാ, ഇവന്റെ പരീക്ഷപ്പേപ്പർ (മോഡൽ പരീക്ഷയുടെ) ഞാൻ നോക്കില്ല. അതുംകൊണ്ടുപൊയ്കൊള്ളു..." എന്നു പറഞ്ഞ് അവന്റെ നേരെ എറിഞ്ഞു.

അവൻ ഒന്നും മിണ്ടാതെ അദ്ധ്യാപികയോട് മാപ്പ് പറഞ്ഞശേഷം ഉത്തരക്കടലാസുമായി എന്റെ അടുത്തുവന്നു. ഞാൻ അവനോട് പറഞ്ഞു:

"പ്രിയേന്ദു ഒരു ഓട്ടോ വിളിക്ക്, എനിക്ക് വിവേകാനന്ദൻ മാഷിനെ കാണണം."

അവൻ ഓട്ടോ വിളിച്ചു. ഞങ്ങൾ മാഷിന്റെ വീട്ടിലെത്തി. എന്നെ പഠിപ്പിച്ച ഹിന്ദി അദ്ധ്യാപകനായ അദ്ദേഹത്തെ കണ്ടയുടൻ ഞാൻ പൊട്ടിക്കരഞ്ഞു. വിവരം പറഞ്ഞു. "സാറേ, ദാ ഇവൻ വരച്ച ചിത്രം ഈ കവറിലുണ്ട്. ഞാൻ തുറന്നു നോക്കിയിട്ടില്ല. എന്തു ചെയ്യണമെന്ന് എനിക്കറിയില്ല."

"രാജം സമാധാനമായിരിക്ക്. നോക്കട്ടെ. ചിത്രം പുറത്തെടുത്ത സാർ ചിരിച്ചുകൊണ്ട് പറഞ്ഞു: "ഹാ...ഹാ... അസ്സലായിട്ടുണ്ട്. സാക്ഷാൽ ഹിന്ദി ടീച്ചറാണെന്ന് ഒറ്റ നോട്ടത്തിൽ പറയും. ഞാനായിരുന്നു ടീച്ച

റുടെ സ്ഥാനത്തെങ്കിൽ, പ്രിയേന്ദുവിനെ അഭിനന്ദിച്ചേനേ. ഒന്നാംതരം കാർട്ടൂൺ. രാജം, എന്തായിത്. ടീച്ചറുടെ മോശപ്പെട്ട ചിത്രമായിരിക്കുമെന്നു കരുതിയോ? കഷ്ടം. നോക്കൂ, പ്രിയേന്ദു ടീച്ചറുടെ തല മാത്രമേ വരച്ചിട്ടുള്ളൂ."

ദൈവമേ! എനിക്ക് ശ്വാസം നേരെ വീണു. ഞാൻ കരുതിയിരുന്നത് വല്ല അശ്ലീല ചിത്രമായിരിക്കുമെന്നാണ്.

മാസ്റ്റർ ഞങ്ങളെ ആശ്വസിപ്പിച്ചു. അതിനുശേഷം അവനെ പഠിപ്പിച്ചത് മാസ്റ്ററായിരുന്നു. നല്ല മാർക്കോടെ അവൻ വർഷാന്ത പരീക്ഷ പാസാകുകയും ചെയ്തു.

ഫലം അറിഞ്ഞപ്പോൾ പ്രിൻസിപ്പാൾ ഒഴികെ മറ്റുള്ളവരെല്ലാം അവനെ അഭിനന്ദിച്ചു. അദ്ദേഹം അവന് satisfactory സ്വഭാവ സർട്ടിഫിക്കറ്റ് കൊടുത്ത് പകരം വീട്ടി. ആ സ്വഭാവസർട്ടിഫിക്കറ്റ് പരിഗണിക്കാതെ തന്നെ സെന്റ് ആൽബർട്ട് കോളേജുകാർ അവന് പ്രവേശനം നൽകി. അവിടെ അദ്ധ്യാപകനായിരുന്ന ബേബിച്ചേട്ടനെ അവർക്ക് മറക്കാനാവില്ലല്ലോ.

ആ സമയത്ത് ഞങ്ങൾ ജ്യേഷ്ഠന്റെ വീട്ടിലാണ് താമസിച്ചിരുന്നത്. വിവരങ്ങളെല്ലാം ഗുരുവിനെ അറിയിച്ചുകൊണ്ടിരുന്നു. ജ്യേഷ്ഠന്റെ വീട്ടിൽ താമസിക്കുന്നത് ഉചിതമല്ലെന്ന് തോന്നി. ബേബിച്ചേട്ടന്റെ വീട്ടിലേക്ക് മടങ്ങിപ്പോവാമെന്ന് തീരുമാനിച്ചു. "അമ്മേ, നമുക്ക് നമ്മുടെ വീട്ടിലേക്ക് പോകാ"മെന്ന് പ്രിയേന്ദു പറഞ്ഞുകൊണ്ടുമിരുന്നു.

സ്വാമിയുടെ പ്രതികരണവും വന്നു.

ഫേൺ ഹിൽ
ജൂലൈ 5-1991
പ്രിയപ്പെട്ട മകൾ രാജം,

പ്രിയേന്ദു പണ്ടു ചെറിയ കുട്ടി ആയിരുന്നു. ഇപ്പോൾ വളർന്നു. നാലു വയസ്സുള്ളപ്പോൾ പോലും അവന് 40 വയസ്സുള്ളവരുടെ ആശയം മനസ്സിലുണ്ടാകുമായിരുന്നു. അന്ന് ശരീരത്തിന് വളർച്ച പ്രാപിച്ചിരുന്നില്ല. ഇപ്പോൾ പ്രായപൂർത്തിയായി. സ്വന്തം ജീവിതത്തിന്റെ ലക്ഷ്യം അറിയാനും, ചുറ്റുപാടുകളെ അറിയാനുമെല്ലാം കഴിവുണ്ട്. ചുറ്റുപാടുമുള്ളവർ അവരെങ്ങനെയാണെന്നേ അറിയുന്നുള്ളു. പ്രിയേന്ദു അവർ എങ്ങനെ ആയിരിക്കണമെന്നു കൂടി കാണുന്നു. രാജം, പ്രിയേന്ദുവിനെ കൂടുതലായി വിശ്വസിക്കണം. അവന്റെ അഭിപ്രായം ശ്രദ്ധിക്കണം. അവൻ തെമ്മാടിയോ, വഴക്കാളിയോ അല്ല. ആരുടെയും അഹന്തയ്ക്ക് അവൻ

ആവശ്യമില്ലാതെ വഴങ്ങിക്കൊടുക്കുകയില്ല.

രാജം അന്ന് ഇവിടെ വന്നപ്പോൾ ഞാൻ പറയാനാഗ്രഹിച്ചതാണ്. രാജവും പ്രിയേന്ദുവും കൂടി 'സുഭാഷി'തത്തിലേയ്ക്ക് (മരോട്ടിക്കലിലുള്ള) സ്വന്തം വീട്ടിലേക്കു മടങ്ങി പോകണമെന്ന്. പ്രിയേന്ദു പ്രശ്നമുണ്ടാക്കുകയില്ലെന്ന് മാത്രമല്ല, ഒരു കരുതലും സ്നേഹവും ഉത്തരവാദിത്തവുമുള്ള സൽപുത്രനായി അമ്മയെ സംരക്ഷിക്കുകയും ചെയ്യും.

ബേബിക്കുട്ടൻ 'മണിനാദ'ത്തിൽ അപരോക്ഷമായി പറഞ്ഞതു, പ്രിയേന്ദു ഇക്കാലത്തിന്റെ മനസ്സുവെച്ചുകൊണ്ട് പറഞ്ഞു എന്നുമാത്രം. അതിന്റെ മറുപടി സമുചിതമായി പറഞ്ഞല്ലോ. വാസ്തവത്തിൽ രണ്ടുപേരും ശാരീരികമായി എത്ര ദൂരെയാണെങ്കിലും എപ്പോഴും എന്റെ മനസ്സിലും ഹൃദയത്തിലും ആത്മാവിലും താമസിക്കുന്നവരാണ്.

തങ്കപ്പൻ വളരെ ഉത്തരവാദിത്തമുള്ള സഹോദരനാണ്. അദ്ദേഹത്തിൽ അനാവശ്യമായ അധികാരബുദ്ധിയോ ദുരഭിമാനമോ ഒന്നുമില്ല. ഈ കത്ത് അദ്ദേഹത്തേയും പ്രിയേന്ദുവിനേയും കാണിച്ചിട്ട് സൗകര്യം പോലെ സ്വന്തം വീട്ടിലേക്ക് മാറുക. പ്രിയേന്ദുവിന് ആവശ്യം ഉപദേശമല്ല. അവന്റെ ഉള്ളിലെ വെളിച്ചവും സ്നേഹവും വിവേകവും അതിന്റെയെല്ലാം സൂക്ഷ്മരൂപത്തിൽ അറിയാൻ കഴിയുന്ന സുഹൃത്തുക്കളെയാണ്. അമ്മയ്ക്കും അമ്മാവനുമെല്ലാം പ്രിയേന്ദുവിനോടു സന്തോഷം നിറഞ്ഞ സുഹൃത്തുക്കളായിരിക്കാൻ കഴിയും.

എല്ലാം പ്രശാന്തമായിത്തീരും. സ്നേഹത്തിന്റെ ശുദ്ധകാന്തി അവിടെ പ്രകാശിക്കും.

എന്ന് പ്രിയ ഗുരു

നിത്യ.

ഗുരുവിന്റെ കത്ത് പ്രിയേന്ദുവിനെ കാണിച്ചു. ഒരു ഫോട്ടോ ജേർണലിസ്റ്റ് കൂടിയായ എന്റെ സഹോദരൻ തങ്കപ്പൻ (സത്യരാജ്) വിദേശത്തായിരുന്നതിനാൽ അദ്ദേഹത്തെ കത്ത് കാണിക്കാൻ കഴിഞ്ഞില്ല.

എന്റെ ജീവിതത്തിൽ പല സങ്കീർണ്ണ സംഭവങ്ങളും നടക്കുമ്പോൾ ജ്യേഷ്ഠൻ ഒന്നും അറിഞ്ഞിരുന്നില്ല. പ്രവാസിയായ ജ്യേഷ്ഠനെ കത്തെഴുതി അറിയിക്കാൻ എനിക്ക് തീരെ താല്പര്യമുണ്ടായിരുന്നില്ല. പാവം ജ്യേഷ്ഠന്റെ സ്വസ്ഥത നഷ്ടപ്പെടുത്തേണ്ടെന്ന് കരുതി. കുടുംബത്തിലെ ഭാരിച്ച ഉത്തരവാദിത്തങ്ങൾ നന്നെ ചെറുപ്പം മുതൽ ഏറ്റെടുത്തതാണ് ജ്യേഷ്ഠൻ. കുറച്ച് പ്രായം ചെന്നിട്ടാണ് വിദേശത്തേക്ക് പോകുന്നത് തന്നെ. തന്നാൽ കഴിയുന്ന സഹായങ്ങൾ ചെയ്യാൻ ജ്യേഷ്ഠൻ ഒരിക്കലും

മടി കാണിച്ചിരുന്നില്ല. പക്ഷേ, ബന്ധുക്കൾ ഉൾപ്പെടെ ഒരു വലിയ കുടുംബത്തിന്റെ ചെലവുകളും നോക്കണമല്ലോ. എനിക്ക് താങ്ങും തണലുമായിരുന്നത് ജ്യേഷ്ഠത്തിയമ്മയായിരുന്നു. ഞാനും മകനും 'സുഭാഷിത'ത്തിലേക്കു മടങ്ങി.

വികാരവിക്ഷോഭത്തോടെ മുതിർന്നവർ പറയുന്ന ചില പരാമർശങ്ങൾ കുട്ടികളുടെ മനസ്സിൽ ചലനം സൃഷ്ടിക്കും. പ്രത്യേകിച്ച് കൗമാരപ്രായക്കാരിൽ.

'സുഭാഷിത'ത്തിൽ തിരികെയെത്തി. ഒരു ദിവസം പ്രിയേന്ദുവിന്റെ മുത്തശ്ശി (ബേബിച്ചേട്ടന്റെ അമ്മ) മുറ്റത്ത് വീണ് കൈ ഒടിഞ്ഞു.

എൺപത്തിയൊൻപത് വയസ്സ് പ്രായമുള്ള അമ്മ. എല്ലാവരും പരിഭ്രമിച്ചു. പ്രിയേന്ദുവിനോട് വേഗം ഒരു ഓട്ടോ വിളിച്ചുകൊണ്ടുവരാൻ വല്യച്ഛൻ (ബേബിച്ചേട്ടന്റെ ജ്യേഷ്ഠൻ) ആവശ്യപ്പെട്ടു.

അവൻ ഓട്ടോ തേടി ഓടി. പക്ഷേ, നിർഭാഗ്യമെന്ന് പറയട്ടെ, ഓട്ടോ കിട്ടിയില്ല. അതിനിടെ ഞങ്ങൾ റോഡിലൂടെ വന്ന ഒരു ഓട്ടോ തടഞ്ഞു നിർത്തി, യാത്രക്കാരനെ ഇറക്കി, അമ്മയെ അതിൽ കയറ്റി, ആശുപത്രിയിൽ എത്തിച്ചു.

തിരികെ വീട്ടിലെത്തിയ ക്ഷിപ്രകോപിയായ വല്യച്ഛൻ പ്രിയേന്ദുവിനോട് ദേഷ്യപ്പെട്ടു. പിന്നീട് അമ്മയെ സന്ദർശിക്കാനെത്തിയവരുടെ മുന്നിൽവച്ചും ആ കോപപ്രകടനം ആവർത്തിച്ചതോടെ കലികയറിയ അവൻ എന്റെ മുന്നിൽ ഓടിയെത്തി രോഷത്തോടെ ചോദിച്ചു: "എന്തു കുരുത്തക്കേടാണ് അമ്മേ ഞാൻ കാട്ടിയത്? ഇപ്പോ പറയണം. എന്നെ എല്ലാവരുടെയും മുന്നിൽ വച്ച് ആക്ഷേപിച്ചു."

"മോനേ, അതൊന്നും കാര്യമാക്കേണ്ട. ചൂടനായതുകൊണ്ട് (പെട്ടെന്ന് ദേഷ്യം വരുന്ന സ്വഭാവക്കാരൻ) പറഞ്ഞതാ. നീ അത് കാര്യമാക്കേണ്ട ഉള്ളിൽ സ്നേഹമുണ്ട്."

പക്ഷേ, അതു പ്രിയേന്ദുവിന്റെ മനസ്സിനെ മുറിവേൽപ്പിച്ചെന്ന് എനിക്കു മനസ്സിലായി. എന്തു ചെയ്യാനാണ്. ഗുരു പറഞ്ഞതുപോലെ "സഹിക്കുക തന്നെ." അല്ലാതെ മറ്റൊരു പോംവഴിയും ഉണ്ടായില്ല.

അങ്ങനെയിരിക്കേ, അടുത്ത പ്രശ്നം. ഒരു ദിവസം പ്രിയേന്ദു കൂട്ടുകാരുമായി വല്യച്ഛന്റെ മകൾ പഠിക്കുന്ന മഹാരാജാസ് കോളേജിലെത്തി. തന്റെ അനുജത്തിയല്ലേ അവിടെയുള്ളതെന്ന അഹങ്കാരത്തോടെ, അവളുടെ ക്ലാസ്സിന് മുന്നിൽ ചെന്ന് അനുജത്തിയെ കാണണമെന്ന് ആവശ്യപ്പെട്ടു. അവൾ ക്ലാസ്സിൽനിന്ന് പുറത്തിറങ്ങി. പ്രിയേന്ദുവിനോട് സംസാരിച്ചു. പക്ഷേ, കൂട്ടുകാരുമായെത്തിയത് അത്രയ്ക്ക് ഇഷ്ടമായില്ല.

വീട്ടിൽവന്ന് വിവരം അച്ഛനോട് പറഞ്ഞു.

ഇതും പ്രിയേന്ദുവിനോടു വല്യച്ഛൻ പ്രകോപിതനാകാൻ ഇടയാക്കി. തിരികെയെത്തിയ അവന്റെ പെരുമാറ്റം എന്നെ വല്ലാതെ പരിഭ്രമിപ്പിച്ചു. പ്രിയേന്ദു രോഷാകുലനായി മേശപ്പുറത്ത് ഊക്കോടെ ഇടിക്കുന്നു. കർട്ടൻ വലിച്ചു കീറി. പ്രിയപ്പെട്ട ഗിത്താർ എടുത്ത് ഭ്രാന്തനെപ്പോലെ വായിച്ചു.

ഞാൻ വല്ലാതെ പരിഭ്രമിച്ചു. കരയാനല്ലാതെ ഒന്നും കഴിഞ്ഞില്ല. എവിടെയും എനിക്ക് കുരിശാണല്ലോ, ദൈവമേ. ഇവനെ എങ്ങനെ ശാന്തനാക്കും? ഒരു എത്തും പിടിയും കിട്ടിയില്ല. കുറേ സമയം പിന്നിട്ടപ്പോൾ, അവൻ ശാന്തനായി. എന്നോട് പറഞ്ഞു:

"അമ്മേ എനിക്ക് ഇപ്പോൾ തന്നെ ഫേൺ ഹില്ലിൽ പോകണം, ഗുരുവിനെ കാണണം."

"ശരി, നാളെ രാവിലെ പോയാൽ പോരേ?"

അവൻ സമ്മതിച്ചു. രാവിലെ തന്നെ ഊട്ടിയിലേക്ക് യാത്രയായി. എന്നെ വിട്ട് ആദ്യമായാണ് ഇത്ര ദൂരത്തേയ്ക്ക് യാത്ര ചെയ്യുന്നത്.

ഞാൻ എല്ലാം ഈശ്വരനിൽ അർപ്പിച്ച് മനസ്സ് ശാന്തമാക്കി. "ഗുരുവേ, കാത്തോളണേ" എന്ന് പ്രാർത്ഥിക്കാനല്ലാതെ മറ്റൊരു മാർഗ്ഗവും മുന്നിലുണ്ടായിരുന്നില്ല.

ഗുരുവിന്റെ അടുത്തെത്തിയ പ്രിയേന്ദു, അവിടെ ഒരാഴ്ച താമസിച്ചു. ഗുരുവിനോടും, അന്തേവാസികളോടുമൊപ്പം ദിവസങ്ങൾ പിന്നിട്ടു തിരിച്ചെത്തിയ അവൻ ആളാകെ മാറിയിരുന്നു. അവൻ സസ്നേഹം എന്നെ കെട്ടിപ്പിടിച്ചു ചോദിച്ചു:

"അമ്മ വല്ലാതെ ഭയന്നു അല്ലേ? ഞാൻ ദേഷ്യത്തോടെ, തനിയെ പുറപ്പെട്ടപ്പോൾ ദേഷ്യം തോന്നിയോ? ഞാൻ ഗുരുവിനെ കാണാനല്ലേ പോയത്. ഇനി അമ്മ പേടിക്കേണ്ട, കേട്ടോ. എന്റെ പ്രോബ്ലംസ് എല്ലാം സോൾവ് ചെയ്തു. കുറച്ചു ദിവസം കൂടി നിൽക്കണമെന്നുണ്ടായിരുന്നു. പക്ഷേ, അമ്മയെ കുറിച്ചോർത്തപ്പോൾ മടങ്ങണമെന്ന് തോന്നി."

നിറഞ്ഞ കണ്ണുകളോടെ ഞാൻ അവനെ നോക്കിനിന്നു. അവൻ പറഞ്ഞത് എല്ലാം സശ്രദ്ധം കേട്ടു.

ആരോടാണ് ഞാൻ നന്ദി ചൊല്ലേണ്ടത്? ഗുരുവിൽനിന്ന് എന്താവും അവൻ കേട്ടത്? അറിയില്ല.

ഈ സംഭവം അവന്റെ ജീവിതത്തിന്റെ വഴിത്തിരിവായി. തുടർന്ന് അവന് പോകേണ്ട വഴി, ഏതോ അദൃശ്യശക്തി മുന്നിൽ തുറന്നുകൊടുക്കുകയായിരുന്നു.

പഠിക്കേണ്ട വിഷയം ഏതെന്ന് സ്വയം കണ്ടെത്തി. അതിൽ ശ്രദ്ധ കേന്ദ്രീകരിച്ചു. അവന്റെ ഫീസ് അടക്കാൻ എനിക്ക് അല്പം പ്രയാസം നേരിട്ടു. അത് മനസ്സിലാക്കി വിദ്യാഭ്യാസ വായ്പയെടുത്തു. ഉത്സാഹ

ത്തോടെ പഠിച്ചു. വർഷങ്ങൾ പിന്നിട്ടപ്പോൾ ലക്ഷ്യത്തിലെത്തി. ആരുടെയും സഹായമില്ലാതെ ക്യാമ്പസ് സെലക്ഷനിലൂടെ ജോലി നേടി. വിദ്യാഭ്യാസ വായ്പ സ്വന്തം വരുമാനത്തിൽനിന്നടച്ചു തീർത്തു.

(പക്ഷേ, ഈ സന്തോഷം പങ്കുവയ്ക്കുവാൻ പ്രിയപ്പെട്ട ഗുരു ഇല്ലാതെ പോയി. ജീവിതത്തിൽ ഏറ്റവും വലിയ നഷ്ടബോധം തോന്നിയ രണ്ടാമത്തെ സംഭവമായിരുന്നു അത്.)

പ്രിയേന്ദു എം.സി.എയ്ക്കു ചേർന്നു.

പഠിക്കാൻ സമർത്ഥനായിരുന്നെങ്കിലും, സ്വഭാവത്തിലെ പ്രത്യേകതകൾ പ്രശ്നങ്ങൾ സൃഷ്ടിച്ചു.

ഒരുദിവസം കുറച്ച് പെൺകുട്ടികളും, ആൺകുട്ടികളുമായി അവൻ വീട്ടിലെത്തി. എല്ലാവരും സൗഹൃദത്തോടെ സംസാരിക്കുന്നു. എന്നാലും എന്റെയുള്ളിൽ ഒരു സംശയം. ആ കൂട്ടത്തിൽ ഒരു പെൺകുട്ടിയോട് അവന് പ്രേമമുണ്ടെന്നൊരു തോന്നൽ.

എല്ലാവരും പോയിക്കഴിഞ്ഞപ്പോൾ, ഞാൻ സംശയം ചോദിച്ചു.

"എന്താ അതിലൊരു കുഴപ്പം? എനിക്ക് ആരെയും ഇഷ്ടപ്പെട്ടു കൂടേ?"

"അതല്ല മോനേ, നീ പഠിക്കുകയല്ലേ? പഠനം പൂർത്തിയാവട്ടെ, ഒരു ജോലി നേടൂ, എന്നിട്ടാവാം പ്രേമമൊക്കെ."

അവനതു കേട്ട് ചിരിച്ച്, എന്നെ ശുണ്ഠി പിടിപ്പിക്കാൻ ഓരോന്ന് പറഞ്ഞുകൊണ്ടിരുന്നു.

എനിക്ക് സങ്കടമായി. എന്റെ ജീവിതം പ്രേമവിവാഹത്തിലൂടെ തകർന്നു. മകനും ആ വഴിക്കു പോകുമോ എന്നായി എന്റെ ഭയം. സഹിക്കാനായില്ല. അടുത്ത പരീക്ഷണമോ? തകർന്ന മനസ്സോടെ, ഞാൻ എല്ലാ വിവരങ്ങളും ഗുരുവിനെഴുതി. കൃത്യമായി അദ്ദേഹത്തിന്റെ പ്രതികരണമെത്തി.

പ്രിയപ്പെട്ട രാജം,
ഫേൺ ഹിൽ
ജനുവരി 30-1991

സ്നേഹപൂർവ്വം അയച്ച കത്തു കിട്ടി.

എന്റെ പ്രിയപ്പെട്ട കുഞ്ഞു രാജം ഓടിച്ചാടിക്കളിക്കുന്നതിനിടയ്ക്ക് ബേബിക്കുട്ടന്റെ ഭാര്യയായി. പിന്നെ വളരെ ഓമനത്വമുള്ള പ്രിയേന്ദുവിന്റെ അമ്മയായി. ബേബിക്കുട്ടന്റെ കവിതയുടെ സാരസർവ്വസ്വമാണ് പ്രിയേന്ദുവും അവന്റെ പേരും. അതിനിടയിൽ ഒത്തിരി ഒത്തിരി കണ്ണു നീരൊഴുകി. വെള്ളേഴത്തും, മരോട്ടിക്കലും എല്ലാവരും എനിക്കു പ്രിയ

പ്പെട്ടവരാണല്ലോ. ഒരു കർമ്മസാക്ഷിപോലെ ഞാൻ എല്ലാം നോക്കിക്കൊണ്ടിരിക്കുന്നു.

ഇപ്പോൾ ഇങ്ങനെയെല്ലാമായി. ബേബിക്കുട്ടൻ വളരെ ചെറിയ കുട്ടിയായിരുന്നപ്പോൾ തന്നെ ബേബിയുടെ ഉള്ളിൽ ഒരു വലിയ മനുഷ്യനുണ്ടായിരുന്നു. ആരും പറഞ്ഞാൽ കേൾക്കാത്തവനായിരുന്നു. എന്നാൽ, വേഗം വസ്തുതകൾ തിരിച്ചറിയുമായിരുന്നു. തലമുറ കഴിയുന്തോറും ജനിതകങ്ങളിൽ കൂടി വരുന്ന വാസനയിൽ ഗുണങ്ങൾ ഇരട്ടിക്കുന്നു. പ്രിയേന്ദുവിനെ കാണുമ്പോഴൊക്കെ ഞാൻ ബേബിക്കുട്ടനേയും കാണുന്നു. ബേബി ഇരട്ടിച്ചതുപോലെ. ബേബിയെ ഞാൻ ഒരിക്കലും ഉപദേശിച്ചിരുന്നില്ല. ഗുണദോഷിച്ചിരുന്നില്ല. അതുകൊണ്ടുതന്നെയാണ് ഇപ്പോൾ പ്രിയേന്ദുവിനെയും എനിക്ക് ഗുണദോഷിക്കാൻ കഴിയാത്തത്.

കുട്ടികൾ സ്നേഹിക്കുന്നത് തെറ്റാണെന്ന് പറയാൻ കഴിയില്ലല്ലോ. എന്നാൽ, ഭവിഷ്യത്തിനെപ്പറ്റി അവർക്ക് ഓർക്കാൻ കഴിയാത്തത് ഒരു മൗഢ്യമാണ്.

കണ്ണ് മൂടിക്കൊണ്ട് കുഴിയിലേക്ക് നടക്കാൻ പ്രേരിപ്പിക്കുന്ന മാനസികാവസ്ഥ കൊണ്ടുവരാൻ പ്രേമത്തിന് കഴിയുന്നതുകൊണ്ടാണല്ലോ Love is blind എന്നു പറയുന്നത്. എല്ലാ വരുംവരാഴികകളും രാജം, പ്രിയേന്ദുവിനോട് പറഞ്ഞുകാണുമല്ലോ. എന്നിട്ടും വിവേകം ഉദിക്കുന്നില്ലെങ്കിൽ കർമ്മത്തിന്റെ വഴി ഗഹനമാണെന്ന് കരുതണം. ഏറ്റുമുട്ടലുണ്ടായാൽ അത് കൂടുതൽ ദുരൂഹമായിത്തീരും. പറയാനുള്ളതു പറയണം. പിന്നീട് സദ്ബുദ്ധിയുണ്ടാകുമെന്ന് വിശ്വസിച്ചു മനസ്സിനെ സ്വസ്ഥമാക്കിവയ്ക്കണം. ഒരാളുടെ ജീവിതത്തെ ബലാൽക്കാരമായി ഒരു വഴിക്കും തിരിച്ചുവിടാനാവില്ല.

വാസ്തവത്തിൽ ഇവിടെ അപരാധം എന്തെന്നറിയാത്ത പിഞ്ചു ഹൃദയങ്ങളിലാണ് മുള്ള് തറച്ചിരിക്കുന്നത്. പ്രിയേന്ദു അവനു സഹജമായതു ചിന്തിക്കുന്നു. സഹജമായത് ചെയ്യുന്നു. ആരേയും വേദനിപ്പിക്കാനല്ല അവൻ ഇങ്ങനെ പെരുമാറുന്നത്. വേറൊരു വഴി മുന്നിൽ കാണാത്തതുകൊണ്ടുമാത്രമാണ്. എന്നാൽ, ശൈശവം മുതൽ വാർദ്ധക്യം വരെ നീണ്ടുപോകുന്ന ഒരു ജീവിതത്തിന്റെ സാമാന്യമായ അർത്ഥമെങ്കിലും പിടികിട്ടാതെയിരിക്കുമ്പോൾ ഈ നിരപരാധിത്വം ബാലിശമായിപ്പോകുന്നു. അറിയാതെ കൂടുതൽ ഇരുട്ടിലേക്കും, ആഴത്തിലേക്കും കുഞ്ഞുങ്ങൾ നിപതിച്ചു പോകുന്നു. അവസാനം അപ്രതീക്ഷിതമായ ആപത്ത് സംഭവിക്കുന്നു.

പ്രിയേന്ദുവിനെ മാത്രമേ ഞാൻ അറിയുകയുള്ളു. അവൻ സാധാരണ ഒരു കുട്ടിയല്ല. അസാമാന്യനായ ഒരു വ്യക്തിയാണ്. അവനിൽ ഒരു

ധന്യത നൽകേണ്ടുന്ന പ്രകാശം കുടികൊള്ളുന്നു. അതുകൊണ്ട് താൽക്കാലികമായി അവന്റെ വഴിയിൽ കടുത്ത ഇരുട്ടുണ്ടായിരുന്നാലും അതിൽനിന്നും മാർഗ്ഗഭ്രംശമുണ്ടാകാതെ പുറത്തുവരാൻ അവന് കഴിയുമെന്ന് തന്നെ ഞാൻ വിശ്വസിക്കുന്നു. അവൻ അവന്റെ ഉള്ളിലെ വെളിച്ചം കാണാതിരിക്കുമ്പോൾ അവന്റെ വാസന അവന് എതിരായി വരും.

ശീതകാലം മാറി വസന്തം വരുന്ന സമയമാണ്. ഭൗമികമായ മാറ്റങ്ങൾ മാനസികമായ പ്രസന്നത കൊണ്ടുവരേണ്ടതാണ്. അവന്റെ ഹൃദയത്തിന്റെ സംഗീതം തെറ്റാനിടയില്ല. എന്നാൽ, രാഗം തെറ്റിയെന്നു വരും. അതുകൊണ്ട് അവന്റെ ചുറ്റും സമാധാനം ആവശ്യമാണ്. സൗഹൃദം ധാരാളം വേണം. അന്തരീക്ഷത്തിന്റെ പ്രസന്നത കുറഞ്ഞുപോകരുത്. ജ്യേഷ്ഠൻ സത്യരാജിന്റെ കത്തിൽനിന്നും ഒത്തിരി പ്രത്യാശ എനിക്കു ലഭിക്കുന്നു. ആ പ്രത്യാശ തന്നെ ഞാൻ രാജത്തിനും പകർന്നുതരുന്നു.

സ്നേഹാനുഗ്രഹങ്ങളോടെ

പ്രിയ നിത്യ.

പിൽക്കാലത്ത് അനുഭവങ്ങൾ അവനിൽ ഒരുപാട് പരിണാമങ്ങൾ സൃഷ്ടിച്ചു. അതിൽപ്പെട്ട് ബാലിശമായ പ്രേമവും അപ്രത്യക്ഷമായി.

ഒരിക്കൽ ബാംഗ്ലൂരിൽനിന്ന് ജോലിക്കിടയിൽ അവൻ നാട്ടിൽ വന്നു മുത്തശ്ശിയെ കണ്ടു. "മോനേ, എനിക്കു നിന്നെ കാണാൻ വയ്യല്ലോ. ഒരു കണ്ണിനേ കാഴ്ച ഉണ്ടായിരുന്നുള്ളു. അതിപ്പോൾ പൂർണ്ണമായും തിമിരം ബാധിച്ച് നശിച്ചുപോയി," 89 വയസ്സുള്ള മുത്തശ്ശി, ബാംഗ്ലൂരിൽനിന്നെത്തിയ പ്രിയേന്ദുവിനെ ആലിംഗനം ചെയ്തു കരഞ്ഞു പറഞ്ഞു.

"ബേബിക്കുട്ടനെ കാണുന്നത് പോലെയാ ഞാൻ മോനെ കാണുന്നത്. ഇപ്പോ അതിനും കഴിയുന്നില്ല."

മുത്തശ്ശിയുടെ വേദന അവനെ ആഴത്തിൽ സ്പർശിച്ചു. ആയിടയ്ക്ക് പള്ളുരുത്തിയിൽ സൗജന്യ നേത്ര ചികിത്സാക്യാമ്പ് നടക്കുന്നുണ്ടായിരുന്നു. പ്രിയേന്ദു എന്നോടു പറഞ്ഞു:

"അമ്മേ, നമുക്ക് മുത്തശ്ശിയെ അവിടെകൊണ്ടുപോയി പരിശോധിപ്പിക്കാം." പക്ഷേ, വല്യച്ഛനും, അമ്മാവനും അതിനോട് യോജിച്ചില്ല. ശസ്ത്രക്രിയ കഴിഞ്ഞാൽ ചിലർക്ക് ബുദ്ധിഭ്രമം വരാറുണ്ടെന്ന് പറഞ്ഞു.

പ്രിയേന്ദു പിൻമാറിയില്ല. അവൻ നിർബന്ധപൂർവ്വം മുത്തശ്ശിയെ ക്യാമ്പിൽ കൊണ്ടുപോകാൻ തീരുമാനിച്ചു. ഒടുവിൽ ഞാനും വല്യച്ഛന്റെ ഭാര്യയും അവനോടൊപ്പം ചേർന്ന് അമ്മയെ ക്യാമ്പിൽ എത്തിച്ചു. പരിശോധനയ്ക്കുശേഷം ഡോക്ടർ പറഞ്ഞു: "ഒരു കണ്ണിന് കാഴ്ച തിരിച്ചു

കിട്ടും. ഉറപ്പുതരാം. മറ്റേ കണ്ണ് ശരിയാവില്ല. പക്ഷേ, കോയമ്പത്തൂരിലെ ക്യാമ്പിൽ രോഗിയെ എത്തിക്കണം."

നല്ലൊരു ജോലി ഉണ്ടായിരുന്നതിനാൽ പ്രിയേന്ദു അതിനും തയ്യാറായി. "ഞാനും, മുത്തശ്ശിയും വിമാനത്തിൽ വരാം. അമ്മയും മറ്റും വണ്ടിയിൽ വന്നാൽ മതി. ഓപ്പറേഷൻ ചെയ്തേ പറ്റൂ. എന്റെ അച്ഛൻ ഉണ്ടായിരുന്നെങ്കിൽ തീർച്ചയായും അത് ചെയ്യുമായിരുന്നു. അതേ ഞാൻ പറയുന്നുള്ളു." ഒടുവിൽ രണ്ടാമതൊരു വിദഗ്ദ്ധാഭിപ്രായം കൂടി തേടാമെന്ന് എല്ലാവരും തീരുമാനിച്ചു.

അങ്ങനെ വൈറ്റിലയിലെ രഞ്ജിനി ഐ ഹോസ്പിറ്റലിലെ ഡോക്ടർ രാജുവിനെ കാണാൻ തീരുമാനിച്ചു. വല്യച്ഛനും ആ അഭിപ്രായത്തോടു യോജിച്ചു.

ഡോക്ടർ പരിശോധിച്ച് ഓപ്പറേഷൻ തിയതി നിശ്ചയിച്ചു. നേരത്തെ നടത്തിയ ശസ്ത്രക്രിയ വിജയിക്കാത്തതിനാൽ ഒരു കണ്ണിന്റെ കാഴ്ച നഷ്ടപ്പെട്ടിരുന്നു. അതിനാൽ എല്ലാവർക്കും ഉള്ളിൽ ഭയം. എന്തായാലും ശസ്ത്രക്രിയ കഴിഞ്ഞു. ആകാംക്ഷയുടെ നിമിഷങ്ങൾ. ദൈവമേ കാഴ്ചശക്തി തിരികെ കിട്ടണേ. സ്വബോധം നഷ്ടപ്പെട്ടാലത്തെ അവസ്ഥ ചിന്തിക്കുക കൂടി വയ്യ. കൊണ്ടുപോകേണ്ട എന്നു വല്യച്ഛന്റെ മുന്നറിയിപ്പ് ലംഘിച്ചതിലുള്ള ഭയം.

ദൈവകൃപയാൽ ശസ്ത്രക്രിയ വിജയിച്ചു. കണ്ണിന്റെ കാഴ്ച തിരിച്ചു കിട്ടിയ സന്തോഷത്തിൽ അമ്മ പ്രിയേന്ദുവിനെ കെട്ടിപ്പിടിച്ചു. ബേബിക്കുട്ടനെയോ, ഇന്ദുക്കുട്ടനെയോ ആരെയാണ് അമ്മ കണ്ടത്. കണ്ണീരോടെ ഞാൻ പ്രിയേന്ദുവിനോടു പറഞ്ഞു:

"മോനേ മുത്തശ്ശിയുടെ അനുഗ്രഹം നിനക്ക് എന്നും ഉണ്ടാവും." ഗുരു പറഞ്ഞതുപോലെ അവൻ കാര്യപ്രാപ്തിയുള്ളവനായി. കാലം അതിന് സാക്ഷി.

അദ്ധ്യായം ആറ്

അവസാനത്തെ കത്ത്

പ്രേമവിവാഹത്തിനുശേഷം വിധവയായ യുവതിയെ സമൂഹത്തിന് മുന്നിൽ അപശകുനമായി അവതരിപ്പിച്ചുകൊണ്ട് ചിലർ എന്നെ ഉദാഹരിച്ചു പറയും. "പ്രേമിച്ചു കല്യാണം കഴിക്കണോ? ആ ടീച്ചറുടെ അവസ്ഥയാവും. പറഞ്ഞില്ലെന്നു വേണ്ട."

കുറേ വർഷങ്ങൾ പ്രേമവിവാഹത്തിന്റെ ബലിയാടായി ജീവിച്ച എനിക്ക് ഗുരുവിന്റെ വചനങ്ങൾ പ്രത്യാശ നൽകി. ഞാൻ എന്നോടു തന്നെ സംസാരിക്കാൻ പഠിച്ചു. നമ്മുടെ ചിന്തകൾ തന്നെ ഉത്തരമേകാൻ കെല്പ്പുള്ളതായി മാറുന്നത് അനുഭവമായി പിന്നീട്, ഞാൻ ഭയന്നില്ല. വരുന്നിടത്തുവെച്ച് കാണാമെന്ന ചിന്തയോടെ ജീവിതത്തോട് പൊരുതാൻ കച്ചകെട്ടിയിറങ്ങി. പല, പല പ്രതിസന്ധികളുമുണ്ടായി. പ്രത്യേകിച്ച് ഔദ്യോഗിക രംഗത്ത്. പക്ഷേ, വിദ്യാർത്ഥികളും, അദ്ധ്യാപകരിൽ ഭൂരിഭാഗവും എന്നോടൊപ്പം നിന്നു.

മനസ്സിലെ പുത്തൻ ആശയങ്ങൾ നടപ്പാക്കാൻ പല പ്രതിബന്ധങ്ങളും തരണം ചെയ്യേണ്ടിവന്നു. കുട്ടികൾ ഭാവിയിൽ നല്ല മനുഷ്യരാവണം എന്നതായിരുന്നു ലക്ഷ്യം. പലയിടത്തും പരാജയപ്പെട്ടുവെങ്കിലും അന്ത്യഫലം വിജയം തന്നെയായിരുന്നു. കുക്കുസേവ്യർ എന്ന വിദ്യാർത്ഥിനി നേടിയ എസ്.എസ്.എൽ.സി റാങ്ക് ഉൾപ്പെടെ, ഒട്ടേറെ വിജയങ്ങൾ നേടാനായി. എങ്കിലും, നൊമ്പരത്തോടെയാണ് ഞാൻ ഔദ്യോഗിക ജീവിതത്തിൽനിന്ന് വിരമിച്ചത്. പക്ഷേ, ഇന്നും വിദ്യാർത്ഥി സമൂഹത്തിന്റെ നിർലോപമായ സ്നേഹം ലഭിക്കുന്നുവെന്നതാണ് സത്യം. അവരിൽ പലരും ഉന്നത ഉദ്യോഗം കരസ്ഥമാക്കിയില്ലെങ്കിലും, നല്ല മനുഷ്യരായി സമൂഹത്തിൽ ജീവിക്കുന്നു.

"അദ്ധ്യാപകൻ, കുട്ടികളുടെ സുഹൃത്തും, മാർഗ്ഗദർശിയും അഭ്യുദയാകാംക്ഷിയും, ചികിത്സകനുമായിരിക്കണം" എന്ന് ഗുരു പഠിപ്പിച്ചു.

ഇന്ന് ഞാൻ അപശകുനമല്ല. ചിലർ മാതൃകയാക്കുന്നു. എന്തൊരു വിരോധാഭാസം. സന്തോഷമുണ്ട്. സമൂഹത്തിന്റെ ഇരുമുഖങ്ങൾ! എന്തായാലും ഗുരു എനിക്കു നൽകിയ ഉപദേശങ്ങൾ എനിക്ക് കുട്ടികളുമായുള്ള ഇടപഴകലിൽ ഏറെ ഗുണകരമായി. മറ്റുള്ളവർക്കും ഉപകാരപ്രദമായിരിക്കുമെന്നതിനാൽ അവ ഞാൻ ഇവിടെ പങ്കുവയ്ക്കുകയാണ്.

മാതാപിതാക്കളും, അദ്ധ്യാപകരും കുഞ്ഞിന്റെ അടുത്തുപോകുമ്പോൾ അന്തഃകരണം, വാക്ക്, പ്രവൃത്തി ഇതെല്ലാം പരിശുദ്ധി നിറഞ്ഞതായിരിക്കണം. ഓരോ കുട്ടിയും ശ്രദ്ധിക്കപ്പെടാൻ ആഗ്രഹിക്കുന്നു. ഓരോരുത്തരോടും അദ്ധ്യാപകൻ മാനസികമായ അടുപ്പം വളർത്തിയെടുക്കണം. തന്നെ ആരും മനസ്സിലാക്കുന്നില്ല എന്ന് പല കുട്ടികളും പറയാറുണ്ട്. അവന്റെ പ്രശ്നങ്ങൾ കേൾക്കാൻ സന്മനസ്സ് കാണിക്കണം. എനിക്കെന്റെ ഗുരുവുണ്ട് എന്നൊരു തോന്നൽ കുട്ടിക്ക് ഉണ്ടാവണം.

മുന്നിലിരിക്കുന്ന കുഞ്ഞുങ്ങൾ സ്വന്തം മക്കളാണെന്ന് കരുതാൻ കഴിയാത്തിടത്തോളം ഒരു അദ്ധ്യാപകനോ അദ്ധ്യാപികയ്ക്കോ ആ ജോലി ചെയ്യാൻ അർഹതയില്ല.

ജിജ്ഞാസുവായ കുട്ടി തന്റെ കൈയിലിരിക്കുന്ന കളിപ്പാട്ടം ശബ്ദമുണ്ടാക്കുന്നതെങ്ങനെ എന്നറിയാൻ അതു തച്ചുടച്ചാൽ കുഞ്ഞിനെ വഴക്കുപറയരുത്. കളിപ്പാട്ടങ്ങൾ ഷോകെയ്സിൽ വയ്ക്കാനുള്ളതല്ല. ഒരു കുഞ്ഞിന് ന്യായമായി ലഭിക്കേണ്ടുന്ന ശൈശവം നഷ്ടപ്പെടുത്തി കിന്റർ ഗാർട്ടൻ സ്കൂളിൽ വിടുന്നു. വീട്ടിൽ സ്വൈരമുണ്ടാവട്ടെയെന്നു കരുതിയാണ് അങ്ങനെ ചെയ്യുന്നതെങ്കിൽ ക്രൂരതയാണ്. കുഞ്ഞിന് അഞ്ചു വയസ്സുവരെ മാതാപിതാക്കളിൽനിന്നും, മുത്തശ്ശൻ, മുത്തശ്ശി എന്നിവരിൽനിന്നുമുള്ള സ്നേഹവാത്സല്യങ്ങൾ ലഭിക്കാതിരുന്നാൽ സ്നേഹദാരിദ്ര്യം കൊണ്ട് കുഞ്ഞ് കടുത്ത മനോരോഗിയായി പോകുമെന്നറിയുക.

നിങ്ങൾ സ്വന്തം കുഞ്ഞിന് നല്ല വസ്ത്രം, കളിപ്പാട്ടങ്ങൾ, സംഗീതനൃത്താദികളിൽ പങ്കെടുക്കാൻ അവസരം എന്നിവ നൽകുമ്പോൾ അടുത്ത വീട്ടിലെ ഒന്നോ രണ്ടോ കുഞ്ഞുങ്ങളെ കൂടി ഉൾപ്പെടുത്താൻ സന്മനസ്സുണ്ടായാൽ അവരും രക്ഷപ്പെടും.

നേഴ്സറി സ്കൂളിൽ പോകുന്ന കുട്ടികൾ ഭൃത്യരുടേയും, മറ്റ് അദ്ധ്യാ

പകരുടേയും സഹായികളുടേയും ഒപ്പം ഏറെ സമയം ചെലവിടുമ്പോൾ അവരുടെ സ്വഭാവം വികലമാവാൻ സാധ്യതയുണ്ട്. ഭൃത്യന്മാരുടെയും ഭൃത്യകളുടെയും (അവർ സാംസ്കാരികമായി വളർന്നിട്ടില്ലാത്തവരാണെങ്കിൽ) കൈയിൽ കുഞ്ഞുങ്ങളെ ഏല്പിച്ചാൽ, കുഞ്ഞിന്റെ മനസ്സ് ദുഷിച്ചതും ചീത്തയുമായി പോകുന്നു. കുഞ്ഞുങ്ങളുടെ മനസ്സറിയുന്ന ഒരു വലിയ കുഞ്ഞായിട്ടാണ് അദ്ധ്യാപിക (അദ്ധ്യാപകൻ) പെരുമാറേണ്ടത്. സാധാരണ വീട്ടിലുള്ളവർ "നോ, നോ" എന്നു പറഞ്ഞ് കുഞ്ഞിനെ ഭയപ്പെടുത്തിയാണ് അവരുടെ അറിയാനുള്ള ഉത്സാഹത്തെ തടയുന്നത്. വളരെ ക്ഷമയോടെ മാത്രമേ ഈ ഉത്സാഹത്തെ ന്യായമായ അന്വേഷണമാക്കുവാൻ കഴിയുകയുള്ളു. അകലെയോ ദൂരത്തോ ഇരിക്കുന്ന വിവിധ സാധനങ്ങളെയും ശ്രദ്ധയോടെ കുഞ്ഞിനെ കാണിച്ചും, കൈയിൽ തൊടുവിച്ചും അതിൽ അത്ഭുതകരമായി ഒന്നുമിരിക്കുന്നില്ല എന്ന് രണ്ടു മൂന്നു പ്രാവശ്യം മനസ്സിലാക്കിക്കൊടുത്താൽ അതിൽ തോന്നുന്ന അതിശയോക്തികലർന്ന ആഗ്രഹം മാറും. ഡയപ്പറിന്റെ ഉപയോഗം കുഞ്ഞിന്റെ ശാരീരികവും മാനസികവുമായ ആരോഗ്യത്തിന് പറ്റിയതല്ല. ഇത് കുഞ്ഞിൽ ഒരു മാതിരി വിമ്മിഷ്ടം ഉണ്ടാക്കുന്നു. പാശ്ചാത്യ ശിശുക്കൾക്ക് ചെറിയ പ്രായത്തിൽ തന്നെ ഞരമ്പുമുറുക്കം (Neurosis) എന്ന രോഗമുണ്ടാവുന്നു. ഈ ആകാംക്ഷ വളർന്ന് മനോരോഗമായ 'Anxiety Neurosis' വരെ എത്തുന്നു. എന്നാൽ, ഡയപ്പർ സംസ്ക്കാരത്തിൽക്കൂടി കുട്ടിക്ക് സമയബോധം ഉണ്ടാകുകയും കൃത്യനിഷ്ഠ പാലിക്കുവാനുള്ള പാഠം വേദനയോടെ പഠിക്കാൻ ഇടയാവുകയും ചെയ്യുന്നു.

ഒരു കുട്ടി ഏതു പശ്ചാത്തലത്തിൽ ജീവിക്കേണ്ടി വരുമോ ആ പശ്ചാത്തലം കുട്ടിയിൽ ഉണ്ടാക്കുന്ന പ്രതികരണത്തെപ്പറ്റി കുട്ടിയുടെ രക്ഷിതാക്കളും അദ്ധ്യാപകരും ഓർക്കുന്നത് നന്ന്.

ഒരുവൻ തെമ്മാടിയോ, കുരുത്തംകെട്ടവനോ ആയി ജനിക്കുന്നില്ല. പിന്നീട് അവൻ പ്രശ്നക്കാരനാവുന്നുണ്ടെങ്കിൽ അതിന് തക്ക കാരണമുണ്ടാവും. അതു കണ്ടെത്താനാണ് അദ്ധ്യാപകൻ ശ്രദ്ധിക്കേണ്ടത്. അവന് വിടുതൽ സർട്ടിഫിക്കറ്റ് കൊടുത്താൽ പ്രശ്നം തീരുമെന്ന് കരുതേണ്ട. അവൻ പ്രശ്നക്കാരനായി തുടരും. അതിനാൽ യഥാർത്ഥ പ്രശ്നം കണ്ടെത്തി, അതിന് തക്ക ചികിത്സയോ പ്രതിവിധിയോ കണ്ടെത്തണം.

ശിശുവിന്റെ ബാല്യം ലോഭികളും, ക്രൂരമനസ്സുള്ളവരുമായ മാതാപിതാക്കൾ ചെറുപ്രായത്തിൽ തന്നെ ഞെരടിക്കളയുന്നു. കുഞ്ഞിന്

കുഞ്ഞായി വളരാൻ അവസരം നൽകാതെ മൂന്നു വയസ്സിനു മുൻപ് ഐ.എ.എസ്, ഐ.പി.എസ്, ഐ.ഇ.എസ്. തുടങ്ങിയ നിരർത്ഥക വാക്കുകൾ കുത്തിക്കയറ്റി വയ്ക്കുന്നു. മാതാപിതാക്കളും തങ്ങളുടെ ആഗ്രഹം കുട്ടികളിലൂടെ നിറവേറ്റാൻ വ്യഗ്രത കാട്ടുന്നു. അവന്റെ ജന്മ സിദ്ധമായ കഴിവുകൾ കണ്ടെത്തി പ്രോത്സാഹിപ്പിക്കുകയാണ് വേണ്ട ത്.

മാതാപിതാക്കൾ ഉപദേശിക്കുന്നതിനെക്കാൾ മാതൃകാപരമായി ജീവിച്ച് കാണിക്കുകയാണ് വേണ്ടത്. മക്കളോട് പക്ഷഭേദം കാണിക്ക രുത്.

ജാതി, മതം, രാഷ്ട്രീയം, ധനം എന്നീ പരിഗണനകൾ കൂടാതെ കുടുംബ സൗഹൃദങ്ങൾ ഉണ്ടാക്കണം.

ക്ലാസ്സിൽ മറ്റു കുട്ടികളുടെ മുന്നിൽവച്ച് ഒരു കുട്ടിയെ പരസ്യമായി പരിഹസിക്കരുത്. ഓരോ കുട്ടിക്കും വ്യക്തിത്വം ഉണ്ടെന്ന് ഓർമ്മ വേണം. അതിന് മുറിവേറ്റാൽ അവർ മറക്കില്ല.

ഭീഷണിപ്പെടുത്തിയും, ശിക്ഷിച്ചും, അച്ചടക്കം നിലനിർത്താമെന്ന് കരുതുന്നത് ഭോഷത്തമാണ്. മക്കളുടെ കാര്യത്തിൽ അമിത ആഗ്രഹം നന്നല്ല. അവർക്കായി കൂടുതൽ സമ്പാദിച്ചുവെയ്ക്കാൻ ശ്രമിക്കരുത്. സ്വപ്രയത്നത്തിലൂടെ നേട്ടങ്ങൾ ഉണ്ടാക്കാൻ പ്രാപ്തരാക്കണം.

കുട്ടികളുടെ കണ്ണുകളിൽ നോക്കിയാൽ അവരുടെ മനസ്സ് ഏറെ ക്കുറെ അറിയാൻ കഴിയും. സ്നേഹത്തിന്റെ ശക്തി, തിരുത്തലുകൾക്ക് എത്രമാത്രം സഹായമാവുമെന്ന് പരീക്ഷിക്കാൻ അധികം പേരും തയ്യാ റല്ല.

കുട്ടികളുടെ എല്ലാ ആവശ്യങ്ങളും സാധിച്ചു കൊടുക്കരുത്. ആവ ശ്യമുള്ളവ അറിഞ്ഞ് നൽകണം. ധാരാളിത്തം, ആഢംബരം ഇവ ഒഴി വാക്കുക. തോൽവി എന്തെന്ന് കുട്ടികൾ അറിയണം. ശാരീരികവും, മാനസികവുമായ വളർച്ചയ്ക്ക് വെല്ലുവിളികൾ ഉണ്ടാവണം. അടിയും, തിരിച്ചടിയും ജയവും പരാജയവും മനസ്സിലാക്കികൊടുക്കേണ്ടതാണ്. പരാജയങ്ങളെ ഭയപ്പെടരുത്. ജീവിതവിജയത്തിന് അത് അനിവാര്യ മാണെന്ന് ബോധ്യപ്പെടുത്തുകയാണ് വേണ്ടത്.

ഇതൊക്കെയാണ് കുട്ടികളുടെ കാര്യത്തിൽ എനിക്കു വഴികാട്ടിയ ഗുരുവിന്റെ ഉപദേശ നിർദ്ദേശങ്ങൾ.

എൺപതുകളുടെ മധ്യത്തോടെ ഗുരുവിന്റെ ആരോഗ്യം തൃപ്തിക രമല്ലാതായി. ആയിടയ്ക്ക് അയക്കുന്ന കത്തുകൾക്ക് മറുപടി കൃത്യ മായി ലഭിച്ചതുമില്ല. എത്രയും വേഗം ഗുരു ആരോഗ്യവാനായി തിരി

ച്ചെത്തണമെന്ന് മനംനൊന്ത് പ്രാർത്ഥിച്ചു. അങ്ങനെയിരിക്കെ ഒരു കത്ത് കിട്ടി.

പ്രിയ രാജം,

സസ്നേഹം അയച്ച കത്ത് കിട്ടി. എന്റെ അസുഖം കുറഞ്ഞിട്ടുണ്ട്. ഇപ്പോൾ കോയമ്പത്തൂർ ആര്യവൈദ്യന്റെ ചികിത്സയിലാണ്.

എപ്പോഴും നല്ലതു മാത്രം വരട്ടെയെന്ന് പ്രാർത്ഥിക്കുന്നു. "മനുഷ്യ ജീവിതം ഒരു പുഴ പോലെയാണ്. അതെങ്ങനെ ഒഴുകുമെന്നു ജലവും ഭൂമിയും കൂടിയാണ് തീരുമാനിക്കുന്നത്. ഇടയ്ക്കു വലിയ പാറ കയറിയിരുന്നു വഴിമുടക്കിയാൽ, ജലം ക്ഷമയോടെ, കുഴികളെല്ലാം നിറച്ചിട്ടു പാറയെ ചുറ്റിയൊഴുകി, കടലിലേയ്ക്കു പോകും."

– ഈച്ചിങ് എന്ന ചൈനീസ് ഗ്രന്ഥം.

ഈ കത്തിൽ ഗുരുവിന്റെ അനുഗ്രഹങ്ങളും, പേരും കണ്ടില്ല. എനിക്ക് എന്തോ ഒരു പന്തികേടു തോന്നി. ഗുരു പറഞ്ഞുകൊടുത്തിട്ട്, അന്തേവാസികളിലാരോ എഴുതിയതാവാം.

എല്ലാ കത്തിനടിയിലും ഗുരു എല്ലാ നന്മകളും നേരുന്നു. അല്ലെങ്കിൽ എല്ലാ അനുഗ്രഹങ്ങളും അയയ്ക്കുന്നു. സ്നേഹപൂർവ്വം നിത്യ എന്നെഴുതുക പതിവാണ്. അതു കണ്ടില്ല. വിഷമം തോന്നി.

വിധിവിഹിതമേവനും ലംഘിച്ചുകൂടുമോ?

പക്ഷാഘാതത്തെ തുടർന്ന് ഗുരു രോഗശയ്യയിലായി. കത്തുകൾക്ക് ഒന്നിനും മറുപടി ലഭിച്ചില്ല. ഗുരുവിനെ കാണാനാവില്ല, സന്ദർശകരെ വിലക്കിയിരിക്കുന്നു എന്ന അറിവു ലഭിച്ചു. രോഗത്തിൽനിന്ന് ഒരുവിധം വിമുക്തിനേടിയ ഗുരു ഒരിക്കൽ ഇടപ്പള്ളിയിൽ നാരായണ ഗുരുകുലത്തിൽ വന്നു. അപ്പോൾ ഞാൻ പോയിക്കണ്ടു. അധികമൊന്നും സംസാരിക്കാൻ അന്നു ഗുരുവിനു കഴിഞ്ഞില്ല. മടങ്ങിപ്പോയ ഗുരുവിന് ഏതാനും മാസം പിന്നിട്ടപ്പോൾ വീണ്ടും അസുഖം വർദ്ധിച്ചു.

വർഷങ്ങൾ കടന്നുപോയി. ഇതിനിടെ മസനഗുടിയിലും, കണ്ണൂരിൽ അനന്തേട്ടന്റെ വീട്ടിലും പാലക്കാട് ഇന്ദിരച്ചേച്ചിയുടെ വീട്ടിലുമെല്ലാം ചികിത്സയുടെ ഭാഗമായി ഗുരു എത്തിയെന്നറിഞ്ഞു. ചിലപ്പോൾ വളരെ ആശ്വാസമുണ്ടെന്ന് കേൾക്കും, അല്ലെങ്കിൽ ഗുരു അക്കാലത്ത് 'രോഗങ്ങളേയും മരണത്തേയും സുഹൃത്തുക്കളാക്കാം', 'പക്ഷാഘാതരോഗിക്കു വീട്ടിൽ ശുശ്രൂഷ' തുടങ്ങിയ കൃതികൾ എഴുതിയെന്നാവും അറിയുക. മറ്റു ചിലപ്പോൾ ആരോഗ്യനില തൃപ്തികരമല്ലെന്നാവും വാർത്ത.

ഒരു പരീക്ഷാക്കാലം, ജോലിത്തിരക്ക്- ഗുരുവിനെ നേരിൽ കാണാനുള്ള അവസരം നീണ്ടുനീണ്ടുപോയി. അതിനിടെ, പ്രമേഹവും രക്തസമ്മർദ്ദവുംമൂലം എന്റെ ആരോഗ്യവും ക്ഷയിച്ചു. അങ്ങനെയിരിക്കെ അപ്രതീക്ഷിതമായി, ഗുരുവിന്റെ ഒരു കത്ത് വന്നു.

15-4-99

പ്രിയ മകൾ രാജത്തിന്,

രാജത്തിന്റെയും, പ്രിയേന്ദുവിന്റെയും വിവരങ്ങൾ ഒന്നും അറിയാതെ ഇരിക്കുകയായിരുന്നു.

ഞാനിപ്പോൾ, വൈദ്യമഠത്തിലെ ചികിത്സ കഴിഞ്ഞ്, ഫേൺ ഹില്ലിൽ വന്നിട്ടുണ്ട്.

മകനിപ്പോൾ എവിടെ പഠിക്കുന്നു? പഠിപ്പു തീർന്നോ? എന്തു ചെയ്യുന്നു എന്നൊക്കെ അറിയാൻ വലിയ താല്പര്യമുണ്ട്.

പള്ളുരുത്തിയിലെ പ്രിയ ജനങ്ങളുടെ പേരുകൾ പോലും മറന്നു പോകുന്നു.

എല്ലാവരോടും, എന്റെ അന്വേഷണങ്ങൾ പറയുക.

ഇന്ന് വിഷുവാണെന്നുള്ള കാര്യം കൂടി ഓർമ്മിപ്പിക്കുന്നു.

സ്നേഹത്തോടെ
പ്രിയപ്പെട്ട ഗുരു

(ഗുരുവിൽനിന്ന് വിഷുക്കാലത്ത് രസകരമായ ഒട്ടേറെ സംഭാഷണങ്ങൾ കേട്ടിരിക്കുന്നു. വിഷുപ്പക്ഷിയും വിഷുക്കഞ്ഞിയും കൈനീട്ടവുമെല്ലാം ചർച്ചാവിഷയമാവും. സസ്നേഹം കൊച്ചുകൊച്ചുസമ്മാനങ്ങൾ ഗുരു നൽകും. മറക്കാനാവില്ല അവയൊന്നും.)

ഗുരു രോഗവിമുക്തനായി വരുന്നുവെന്ന വാർത്ത കൂടുതൽ പ്രത്യാശയേകി.

ഞാൻ എല്ലാ വിവരത്തിനും മറുപടി അയച്ചു. ഇതിനു മുൻപ് അയച്ച കത്തുകളൊന്നും ഗുരു കണ്ടിട്ടില്ലെന്ന് ബോധ്യമായി. അല്ലെങ്കിൽ മറന്നതാവുമോ?

പ്രിയേന്ദുവിന്റെ പരീക്ഷ കഴിഞ്ഞാൽ ഉടൻ ഞങ്ങൾ ഫേൺ ഹില്ലിൽ എത്തി, ഗുരുവിനെ കാണുമെന്ന് അറിയിച്ചു. അവിടെയെത്താൻ മനസ്സ് കൊതിച്ചു.

പക്ഷേ, ഗുരു എനിക്കെഴുതിയ അവസാനത്തെ കത്തായിരുന്നു

അതെന്ന് സ്വപ്നേപി കരുതിയില്ല.

കത്ത് കിട്ടി ഒരു മാസം തികയും മുൻപ് മേയ് 14-ന് ഗുരു സമാധിയായി എന്ന ഞെട്ടിക്കുന്ന വാർത്തയാണ് കേട്ടത്. (കത്ത് കിട്ടിയ ഉടൻ ഗുരുവിനെ പോയി കാണണമെന്നു തീരുമാനിച്ചിരുന്നെങ്കിലും പ്രിയേന്ദുവിന്റെ പരീക്ഷകൾ കാരണം അതു നീണ്ടുപോകുകയായിരുന്നു.)

ഇന്നും കണ്ണുനീരോടെയാണ് ആ സംഭവങ്ങൾ ഓർമ്മിക്കുന്നത്. അപ്രതീക്ഷിതമായ രാഷ്ട്രീയസമരം കാരണം പ്രിയേന്ദുവിന്റെ വർഷാന്ത പരീക്ഷ നീട്ടിയതിനാൽ ഗുരു സമാധിയായപ്പോഴും ഞങ്ങൾക്കു യഥാസമയം എത്താൻ കഴിഞ്ഞില്ല.

പള്ളുരുത്തിയിലെ പ്രിയപ്പെട്ടവരെക്കുറിച്ച് ഒത്തിരി കണ്ടും, കേട്ടും പരിചയിച്ച ആശ്രമവാസികൾ, ഗുരുവിന്റെ ഭൗതികശരീരം ദർശനാർത്ഥം ഞങ്ങളെ കാണിക്കുന്നതിനായി മണിക്കൂറുകളോളം കാത്തിരുന്നിരുന്നു. പക്ഷേ, കേരളത്തിലെ പണിമുടക്കും സമരങ്ങളും മൂലം ഞങ്ങൾക്ക് എത്താൻ കഴിഞ്ഞില്ല. അവസാനമായി ഒന്ന് കാണാനായില്ലല്ലോ എന്ന നിരാശാബോധം ഇന്നും എന്നെ പിന്തുടരുന്നു. ഒടുവിൽ മേയ് 16-നു മാത്രമാണ് ഞങ്ങൾക്ക് പുറപ്പെടാൻ കഴിഞ്ഞത്. കോയമ്പത്തൂർ ഇറങ്ങി ഊട്ടി ട്രെയിനിൽ കയറാൻ നോക്കുമ്പോഴാകട്ടെ എന്റെ 3500 രൂപ അടങ്ങിയ പഴ്സ് പോക്കറ്റിക്കപ്പെട്ടു. തുടർന്ന് സ്റ്റേഷൻ മാസ്റ്ററുടെ കാരുണ്യം കൊണ്ടാണ് യാത്ര തുടരാൻ കഴിഞ്ഞത്. മേയ് 17-ന് ഞങ്ങൾ ഫേൺ ഹില്ലിലെത്തി. ഗുരു അന്ത്യവിശ്രമം കൊള്ളുന്ന നനവുള്ള മണ്ണിൽ, കണ്ണ് ചിമ്മി നിൽക്കുന്ന നിരവധി ചെരാതുകൾ. വേർപാടിന്റെ വേദന അസഹനീയം.

ഗുരുവേ, മാപ്പാക്കണമെന്ന് മനസ്സ് നൊന്ത്, കണ്ണീരോടെ, ഞാൻ പ്രാർത്ഥിച്ചു. കുറ്റബോധം തോന്നി. ഒരു മാസം മുൻപ് വരാനായിരുന്നെങ്കിൽ! മനുഷ്യൻ തികച്ചും നിസ്സഹായനാവുന്ന ചില സന്ദർഭങ്ങളുണ്ടെന്ന് ഞാൻ മനസ്സിലാക്കി. മനസ്സിനെ ഏകാഗ്രമാക്കി ഒരു നിമിഷം കണ്ണടച്ചുനിന്നപ്പോൾ ഗുരു എന്നോടു പറയുന്നതു പോലെ ഒരു തോന്നൽ.

“മോളേ രാജം പ്രിയേന്ദുമോനേ, ഞാൻ എന്നും, എപ്പോഴും നിങ്ങൾക്ക് തുണയായി ഒപ്പമുണ്ടാകും. ചിന്തകളിലും പ്രവൃത്തികളിലും.”

ഫേൺ ഹില്ലിലെ കുളിർകാറ്റിനൊപ്പം ഗുരുവിന്റെ ഹൃദയസ്പന്ദനങ്ങൾ ഞാൻ തിരിച്ചറിയുന്നു. ഗുരു നമ്മെ വിട്ട് എവിടെയും പോവില്ല. ഗുരു നൽകിയ ആത്മവിശ്വാസം അതു മാത്രം മതി ഇനിയുള്ള

ജീവിതത്തിന്. അക്ഷരങ്ങൾ അനശ്വരമാണ്.

ബേബിച്ചേട്ടന്റെ മരണവാർത്തയറിഞ്ഞ് എത്തിയ ഗുരുവിന്റെ പാദങ്ങളിൽ, തകർന്ന മനസ്സോടെ, നമസ്ക്കരിച്ചപ്പോൾ എന്റെ ശിരസ്സിൽ പതിഞ്ഞ ഗുരുവിന്റെ കണ്ണുനീർ തുള്ളിയുടെ ദൈവികശക്തി ജീവിതകാലം മുഴുവൻ ഞങ്ങളെ സംരക്ഷിക്കണേ എന്ന പ്രാർത്ഥനയോടെ... ഭാവിയിലേക്ക്.

"മരിച്ചവർ എവിടെ പോകാനാണ്. അവർ നമ്മുടെ ഹൃദയത്തിൽ ജീവിക്കും."

- നടരാജഗുരു

"ആരും മരിച്ചുപോയി എന്നു ഞാൻ കരുതാറില്ല. ശരീരത്തിൽ ഇല്ലാത്തവരെല്ലാം പ്രാണനിൽ എന്നോടൊപ്പം ഉണ്ട്."

ഗുരു നിത്യചൈതന്യയതി.

ഗുരു നിത്യചൈതന്യയതി ഫേൺഹിൽ ആശ്രമത്തിൽ

ഊട്ടി ഫേൺ ഹില്ലിലെ ആശ്രമം

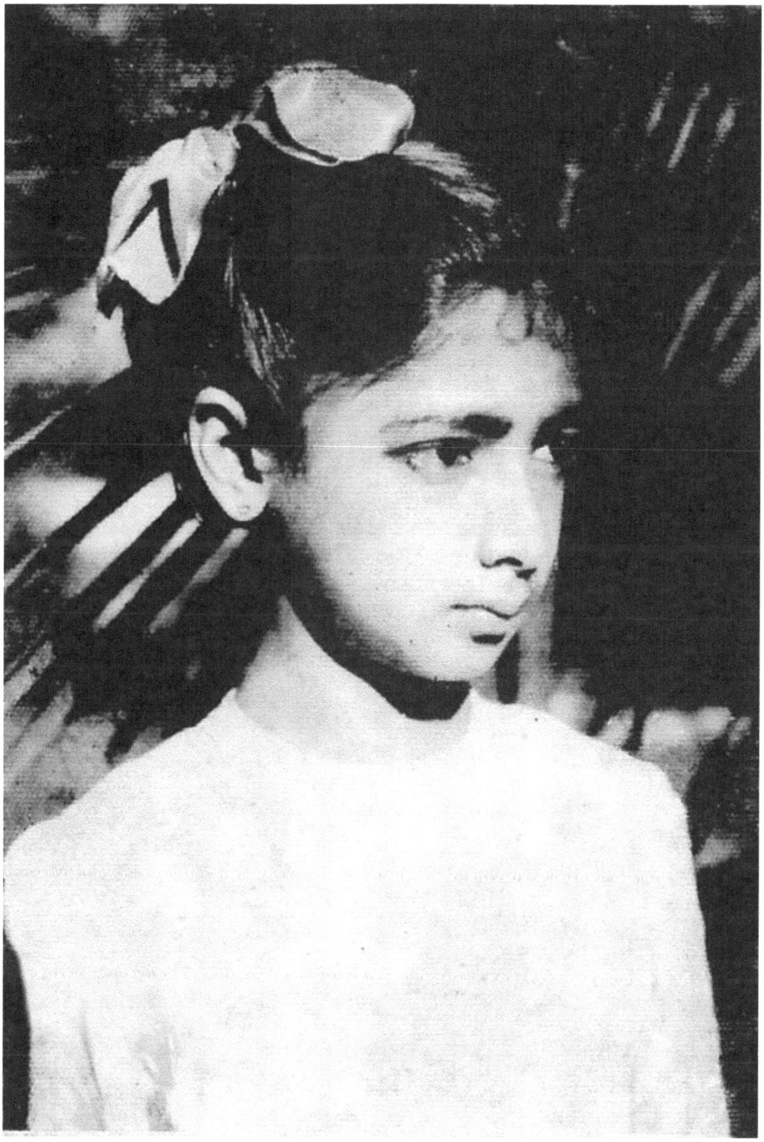

ഞാൻ ഗുരു നിത്യചൈതന്യയെ കാണുന്നത് ഒമ്പതാം വയസ്സിലാണ്. അക്കാലത്തെ എന്റെ ചിത്രം

▲ ഗുരു നിത്യചൈതന്യയതിയും ഗ്രന്ഥകാരിയുടെ സഹോദരപുത്രൻ ജോജോയും. (ജോജോ ഇപ്പോൾ ദുബായിൽ എൻജിനിയറിങ്ങ് സ്ഥാപനത്തിന്റെ പാർട്ട്ണർ)

ഗുരു അദ്ദേഹത്തിന്റെ മാതാവിനൊപ്പം ▲

ഓടക്കുഴലൂതുന്ന ഗുരു.ഫേൺ ഹില്ലിൽ ആശ്രമവാസികൾക്കൊപ്പം കലാപരിപാടിയിൽ

ആലുവാപ്പുഴയിലൂടെ ഒരു സഞ്ചാരം. നിത്യചൈതന്യയതി കടത്തുവഞ്ചിയിൽ അദ്വൈതാശ്രമത്തിലേയ്ക്ക് വരുന്നു. നാല്പത്തൊമ്പതുവർഷം മുമ്പുള്ള ചിത്രം.

▲ ഗ്രന്ഥകാരിയും എം.സി. സുഭാഷ്ചന്ദ്രനും തമ്മിലുള്ള വിവാഹദിന ത്തിൽ ആശംസകളുമായി ഗുരു നിത്യചൈതന്യയതി (നടുവിൽ)

▲ ഗുരു നിത്യചൈതന്യയതിയും ഗ്രന്ഥകാരിയുടെ മകൻ പ്രിയേന്ദുവും.

ഗ്രന്ഥകാരിയും ഭർത്താവ് പരേതനായ എം.സി. സുഭാഷ്ചന്ദ്രനും മകൻ പ്രിയേന്ദുവും. (ഇപ്പോൾ അമേരിക്കയിൽ സീമെൻസിൽ ലീഡ് സോഫ്റ്റ്വെയർ ആർകിടെക്റ്റായി പ്രവർത്തിക്കുന്നു) ▲